# அம்பறாத்தூணி

சிறுகதைகள்

கபிலன் வைரமுத்து

டிஸ்கவரி புக் பேலஸ்

கே.கே.நகர் மேற்கு, சென்னை - 600 078.
(பாண்டிச்சேரி கெஸ்ட் ஹவுஸ் அருகில்)
பேச : 044 48557525, +91 87545 07070

## அம்பறாத்தூணி
### ஆசிரியர்: கபிலன் வைரமுத்து©

Ambarathooni
Author: Kabilan Vairamuthu©

First Edition: August- 2020
Pages: 120
ISBN: 978-93-89857-21-4

அட்டைப்படம்:கோ.ராமமூர்த்தி, முன்னுரை படம்:ஹாசிப்கான்
உள்ளோவியங்கள்:ரவி பேலட்

**Discovery Book Palace (P) Ltd,**
# 6, Mahaveer Complex, Munusamy Salai,
K.K.Nagar West, Chennai - 600 078.
Ph: +91 - 44-4855 7525, Mobile: +91 87545 07070

E-mail: discoverybookpalace@gmail.com,
Website: www.discoverybookpalace.com

## Rs. 150

*All parts are registered creative works. Any usage of this compilation in parts or whole without the consent of the author is illegal.

இந்த நூலில் பிரசுரமாகியுள்ள எந்த ஒரு பகுதியையும் பதிப்பாளரின் எழுத்துபூர்வமான முன்அனுமதி பெறாமல் எடுத்தாள்வதோ, மறுபிரசுரம் செய்வதோ, மொழியாக்கம் செய்வதோ, அச்சு மற்றும் மின்னணு ஊடகங்களில் மறுபதிப்பு செய்வதோ, காப்புரிமை சட்டப்படி தடை செய்யப்பட்டுள்ளது. இந்த நூலிலிருந்து குறிப்பிட்ட பகுதிகளை மேற்கோள்காட்டி புத்தக விமர்சனம் செய்ய, ஊடகங்களுக்கு மட்டும் அனுமதி உண்டு.

உங்கள் மொபைல் போனிலிருந்து ஸ்கேன் செய்து டிஸ்கவரி புக் பேலஸின் மொபைல் ஆப்பை டவுன்லோடு செய்து, புத்தகங்களை வாங்குங்கள்.

## கபிலன் வைரமுத்து

**ப**ள்ளி இறுதி ஆண்டில் தன் முதல் கவிதைத் தொகுதியை வெளியிட்ட கபிலன் வைரமுத்து புதிய எழுதுகளங்களுக்கானத் தேடல் கொண்ட பன்முகப் படைப்பாளர். உலகம் யாவையும், என்றான் கவிஞன், மனிதனுக்கு அடுத்தவன், கடவுளோடு பேச்சுவார்த்தை, கவிதைகள் 100, மழைக்கு ஒதுங்கும் மண்பொம்மை ஆகிய கவிதைத் தொகுதிகளையும், கதை என்ற சிறுகதை தொகுதியையும், பூமரேங் பூமி, உயிர்ச்சொல், மெய்நிகரி ஆகிய மூன்று நாவல்களையும் எழுதியிருக்கிறார். ஆஸ்திரேலிய பழங்குடி மக்களைப் பற்றி பேசும் பூமரேங் பூமி ஆங்கிலத்திலும் மொழி பெயர்க்கப்பட்டிருக்கிறது. 2017 ஆம் ஆண்டு வெளிவந்த 'கவண்' திரைப்படத்தின் எழுத்தாக்கத்தில் ஊடக வாழ்வியல் சொல்லும் மெய்நிகரி நாவல் பயன்படுத்தப்பட்டது. அம்பறாத்தூணி கபிலன் வைரமுத்துவின் இரண்டாவது சிறுகதைத் தொகுதி.

தன் கல்லூரிப் பருவத்தில் தன் நண்பர்களோடு இணைந்து பல்வேறு கல்லூரிகளைச் சேர்ந்த மாணவர்களை ஒருங்கிணைத்து 'மக்கள் அணுக்கப் பேரவை' என்ற அமைப்பை நிறுவிய கபிலன்வைரமுத்து தொடர்ந்து பத்தாண்டு காலம் சமூகப் பணிகளில் ஈடுபட்ட அந்த அமைப்பின் அனுபவங்களை 'இளைஞர்கள் என்னும் நாம்' என்ற பெயரில் ஆவணப்படுத்தியிருக்கிறார். பொறியியல் மற்றும் இதழியல் பட்டதாரியான இவர் ஒரு தனியார் தொலைக்காட்சியின் முழுமுதற் நிகழ்ச்சி உருவாக்கத்தில் பங்கு வகித்திருக்கிறார். சாகித்ய அகாதெமி நடத்திய வடகிழக்குதெற்கு கவிதை அரங்கில் தமிழகத்தின் சார்பாக கபிலன் வைரமுத்து கலந்துகொண்டு தன் கவிதைகளை அரங்கேற்றியிருக்கிறார். தற்போது தமிழ் திரைப்படத்துறையில் எழுத்தாளராகவும் பாடலாசிரியராகவும் இயங்கி வரும் கபிலன் வைரமுத்துவோடு டிஸ்கவரி புக் பேலஸ் இணைவதில் பெருமை கொள்கிறது.

பதிப்பாளர்

## அணுவைப் போன்றது சிறுகதை...

காணும் யாவையும் அணுவால் ஆனது போல் எல்லா கலை இலக்கிய வடிவங்களுக்குள்ளும் சிறுதுளி சிறுகதை உண்டு. கவிதைகள் எழுத ஒரு மனம் போதும். நாவல்களுக்கு ஒரு களம் போதும். சிறுகதைகளுக்குக் கூடுதலான கதை உளவியல் அவசியமாகிறது. அது கதாபாத்திரங்களின் இயல்பை மதிப்பதில் இருந்துத் தொடங்குவதாக நினைக்கிறேன். ஒவ்வொரு கதையும் வெவ்வேறு பயணம். மின்சாரம், மின்னல், மயிலிறகு, மாற்றம், முறுவல், மௌனம், முத்தம், மிதப்பு என எதுவும் தரலாம் ஒரு கதை என்றபோதும் தருவதல்ல அதன் நோக்கம். மலர்வது மட்டும்தான். அதன் மணம் வாசகருக்கு ஒரு நுழைவாயில்.

இந்த நூலில் இடம்பெறும் அனைத்துக் கதைகளும் புனைவுகளே. அறிந்த அனுபவித்த நிகழ்கால நிகழ்வுகளின் மீதும் ஆராய்ந்த வரலாற்றுத் தகவல்களின் மீதும் இந்தப் புனைவுகளை எழுப்பியிருக்கிறேன்.

கதைகள் மனிதர்களாலானது என்பதால் எல்லா கதைகளுக்கும் மனிதர்களின் பெயர்களையே சூட்டியிருக்கிறேன். கதை எழுத நான் முயற்சிக்கவில்லை. கதை மாந்தர்களின் உணர்வாடலை எழுதவே முயன்றிருக்கிறேன். என் முயற்சிக்கு உறுதுணையாக இருந்த நூலாசிரியர்களுக்கும், ஆய்வாளர்களுக்கும், ஊடகங்களுக்கும் நன்றிகள்.

டிஸ்கவரி புக் பேலஸ் பதிப்பகத்தோடு இணைவதில் மகிழ்ச்சி. இலக்கியத்தளத்தில் புதிய வாசகர் வட்டத்தை உருவாக்கவும் இணைய தலைமுறையினரிடையே வாசிப்பு அனுபவத்தை ஊக்குவிக்கவும் டிஸ்கவரி புக் பேலஸ் உரிமையாளர் திரு.வேடியப்பன் அவர்கள் மேற்கொண்டு வரும் தொடர் முயற்சிகளுக்கு எழுத்துலகம் சார்பாக நன்றியும் வாழ்த்தும்.

அம்பறாத்தூணியின் அம்புகள் உங்கள் கைகளில் பூச்சரங்களாய் பாய்ந்து நிறையுமென நம்புகிறேன்.

அன்புடன்

கபிலன் வைரமுத்து

2020

## காத்திருப்போர்...

| | |
|---|---|
| வள்ளி | 7 |
| 'கோஸ்ட்' குருநாதன் | 14 |
| வாமன் | 23 |
| யாழ்மதி | 30 |
| அறிவுடைநம்பி | 37 |
| பின்க்மேன் | 43 |
| மணியமுதன் | 49 |
| இருதய பிரகாசம் | 56 |
| மூலா | 62 |
| சிவநேசன் | 69 |
| எல்விஸ் | 77 |
| நாகமன் | 85 |
| ரய்யான் | 94 |
| டிமிட்ரி | 99 |
| சீவகன் | 112 |

# வள்ளி

இரவின் இரண்டாம் சாமத்தில் கோட்டையின் தெற்கில் இருக்கும் ஆயுதக் கிடங்கிற்கு புதிய வெடி மருந்துகளை இறக்கி வைக்க சின்னான் வருவான். அவனைக் கொலை செய்வதற்கு அதுவே சிறந்த நாழிகை என்று வள்ளிக்கு தெரியும். அதற்கு இன்னும் சில மணித்துளிகளே இருந்தன. திப்புசுல்தான் மகள் நூருன்னிசாபேகம் சிறை வைக்கப்பட்டிருக்கும் விடுதியில் உள்ளூர் சிப்பந்தியாக பணிவிடை செய்யும் வள்ளி அன்று அன்னப்பறவை நீர்க்குவளையில் சுல்தான் குடும்பத்திற்கு பழச்சாறு பரிமாறியபோது சிந்தி விட்டாள். இவள் நடந்துமுடிந்த புரட்சியில் கம்பெனி அரசுக்கு எதிராக ஒற்றர் வேலை பார்த்திருக்கிறாள் என்பதை சிப்பாய் மறுசீரமைப்பு ஆய்வுக்குழு விரைவில் கண்டறிந்துவிடும். அதிகாரத்தின் வலையில் சிக்குவதற்கு முன் சின்னானை முடிக்க வேண்டும். அந்த அவசரம் பெயர்ந்து பழச்சாறாய் சிந்தியது.

சிந்தியதை தன் முந்தியில் துடைக்க அவள் முனைந்தபோது எதிரே அமர்ந்திருந்த இளவரசி நூருன்னிசாபேகம் ‘வேண்டாம் வள்ளி, சீலையை நனைக்காதே. நாங்கள் பார்த்துக்கொள்கிறோம்’ என்று கனிவு காட்டினாள். கம்பெனியின் 21ஆம் படைப்பிரிவின் தலைவன் ஒய்மா இன்று உயிரோடு இருந்திருந்தால் வள்ளி நிதானம் இழந்திருக்கமாட்டாள் என்று இளவரசிக்குத் தெரியும். ஆறு பவுண்டர் பீரங்கியின் குண்டுகளால் அவன் பிய்த்தெறியப்பட்டு பிணமான காட்சியில் இருந்து வள்ளி இன்னும் மீளவில்லை.

உயரத் தெறித்த ஓய்மாவின் தசையை கழுகு கொத்திப் போன கொடூரம் அவள் ஆகாயத்தை விட்டு நீங்கவில்லை. பீரங்கியை இயக்கிய சின்னான் என்கிறவன் ஓய்மாவின் பரிந்துரையால் கம்பெனி படையில் சேர்ந்தவன். ஓய்மாவைக் கொன்றேனும் அவன் பெற்ற பதவியைத் தான் பெறவேண்டும் என்று நினைத்தவன் அந்த பீரங்கியை இயக்கியது வெறும் கடமைச் செயல் அல்ல. அது கம்பெனி செலவில் அவன் செய்த சூதுக் கொலை. ஓய்மாவை முதல் குற்றப்பட்டியலில் சேர்க்க சொல்லி மனு தந்தவனும் சின்னான்தான்.

கோட்டையின் குடியிருப்பு வளாகத்தின் நடைபாதைக்கு வள்ளி வந்தபோது காவலர்கள் எண்ணெய் விளக்குகளை ஏற்றிய வண்ணம் இருந்தனர். வைத்தியச் சாலையை கடந்தபோது புரட்சிப் பொழுதில் மெய்க்குலைந்து உயிருக்குப் போராடும் ஆங்கிலேய சிப்பாய்களின் முனகல் சத்தம் கேட்டது. அதை ரசிக்க அவள் நடை குறைந்தாள். அப்பொழுது அவள் மடியில் முடிந்திருந்த குறுவாள் எதிர்பாராதவிதமாக நழுவித் தரையில் விழுந்தது. எதிரில் வைத்தியசாலையின் பணியாள் கையில் கஷாய குப்பிகளோடு வந்துகொண்டிருந்தான்.

தரையில் இருந்த கத்தியை அவன் பார்த்துவிட்டான். அருகில் நின்றிருந்த வள்ளியை அவன் சந்தேக விழிகளோடு பார்க்கும் முன் வள்ளி சுதாரித்துக்கொண்டு கத்தியை எடுத்து அவனிடம் நீட்டினாள். "இங்கன கடந்தது ஓங்க ஓபகரணமா பாருங்க சாமி". அதை அவன் எதிர்பார்க்கவில்லை. படை வீரர்களைத் தவிர வேறு யாரும் கத்தி வைத்திருக்கக்கூடாது. அப்படி வைத்திருந்தால் அவர்களுக்கு ஆயுள் சிறை என சட்டமார்க்கம் அறிந்த அவன் "ஆளப்பாரு.. போ அந்தபக்கம்" என்று வள்ளியை விரட்டினான். வள்ளி குறுவாளை மீண்டும் இறுக முடிந்தாள்.

கோட்டையின் மையப் பகுதியில் இருக்கும் ஜலகண்டேஸ்வரர் கோயிலுக்குள் தங்கள் சமூகத்திற்கு அனுமதி இல்லை என்றபோதும் அன்று அவளுக்கு ஒரு தெய்வச் சம்மதம் தேவைப்பட்டது. கோயில் வாசலில் நின்றவாறே கும்பிட்டு தெற்கு நோக்கி நடக்க தொடங்கினாள்.

கோட்டையின் முதலாம் வாயிலில் வெடிமருந்து சுமந்து இரண்டு மாட்டு வண்டிகள் வந்து நின்றன. ஆறடி உயரமுள்ள சின்னான் தன் தாடையைத் தடவிக்கொண்டு காவலர்களுக்கு ஆணையிட்டான். வண்டியில் குவிந்திருந்த வெடிமருந்தை அவர்கள் சாக்கு மூட்டைகளாக மாற்றி இரண்டாம் வாயில் வழி

அதை கிடங்கிற்கு எடுத்துசென்றனர். தான் சற்று நேரத்திற்கு பின் சென்று மொத்தமாகக் கணக்கு எழுதிக்கொள்வதாக சின்னான் அவர்களிடம் சொல்லி அனுப்பினான். அவன் கணக்கே அந்த இரவைத் தாண்டுமா என்று தெரியாது.

வள்ளி நடந்துகொண்டிருக்கும் தெற்கு பாதையில் தன் ஜவ்வாது மலை உறவுக்கார பெண்ணொருத்தி கருப்பட்டி தின்பண்டங்களை விற்றுக்கிடந்தாள். வள்ளியைக் கண்டதும் "நம்ம மலத்தேன்ல ஆக்கனது" என்று ஒன்று எடுத்து கொடுத்தாள். வள்ளி அதை வாங்கி வலிய கடித்தாள். சிரித்தாள். தான் போகிற காரியத்திற்கு தன் குலச்சாமி இனிப்புத் தந்து வழியனுப்புவதாக வள்ளிக்குத் தோன்றியது.

நடக்க நடக்க தன் இடுப்பில் முடிந்திருந்த குறுவாளின் கூர்மை அவள் மேல்தொடையைக் காயப்படுத்திக்கொண்டிருந்தது. அதை அவள் உணர விரும்பவில்லை. அவள் நிழலைத் தவிர வேறோர் உருவம் தன்னை பின் தொடர்வதாக நினைத்தாள். அது ஒய்மாவாக இருக்கக்கூடாதா என்ற ஏக்கத்தோடு திரும்பிப் பார்த்தாள். இரவின் திரை வீழ்ந்து பூமியின் உண்மைகள் மூடியிருந்தன. அவள் எட்டு வைக்கும் ஒவ்வோர் அடியிலும் ஒய்மாவின் முகச்சுவடே புழுதியாக எழுந்தது.

இருவரும் பாலாற்றின் கரையில் எருதுகள் மீது சுற்றி வந்த பொழுதுகள் இனிமையானவை. பானகக் கிணறுகளைச் சுத்தப்படுத்த வள்ளியை நெல்லி வேர்கள் கொண்டு வரச் சொல்வான் ஒய்மா. அவள் நெல்லி வேர் கட்டோடு ஒய்மாவுக்காக பாசிப்பயறு உருண்டைகளை உருட்டி வருவாள். குதிரை தோப்பின் வைக்கோல் பரப்பில் சாய்ந்து வள்ளியை நினைத்துக்கொண்டே உருண்டைகளை சுவைப்பான். ஒரு சுண்டு விரல் ஸ்பரிசம். ஒரு சிட்டிகை முத்தம். அதற்கு மேல் அவர்களின் சிற்றின்பம் வளரவில்லை. வள்ளி தன் மேனியெங்கும் மஞ்சள் பூசிக்கொண்டு குள்ளர் குகை அருகே கூத்து கட்டியதும் அதற்கு ஒய்மா தன் குறுவாளைப் பரிசளித்ததும் அவள் மனதில் நிலைகுத்தி நிற்கின்றன. இன்று அவளது மடியில் அது உரச உரச அது ஒய்மாவின் தொடுதலாக சுரபிகளில் இசைத்தது.

வேலூர் கோட்டையில் கம்பெனி அரசின் சிப்பாய்கள் தாடி மீசையை மழிக்கவும், நெற்றித் திலகங்களை அழிக்கவும், அந்நிய மத அடையாளங்களைத் தாங்கிய தொப்பிக்களை அணியவும் முற்றிலும் விரும்பவில்லை. தங்கள் நம்பிக்கைகளைத் தகர்ப்பது தங்கள் பண்பாட்டைத் தகர்ப்பதற்கான தொடக்கம் என நினைத்தார்கள்.

ஏற்கனவே தென்னிந்திய புரட்சியில் தங்கள் அரசர்களை இழந்து அடிபட்ட புலிகளாக இருக்கும் பல்வேறு பாளையங்களைச் சேர்ந்தவர்கள் சமயம் பார்த்து கோட்டையைத் தாக்க தயாராகிக் கொண்டிருந்தார்கள். கம்பெனியின் வருவாய் துறை தங்கள் வீடுகளை, மாடுகளை, நிலத்தை குலத்தை கபளீகரம் செய்வதை முடிவுக்குக் கொணர எண்ணி அவர்கள் ஓராண்டு காலமாக மெல்ல மெல்ல கம்பெனி படைகளில் ஊடுருவியிருந்தார்கள். கோட்டையில் சிறை வைக்கப்பட்டிருக்கும் திப்புசுல்தான் வாரிசுகளை மீண்டும் அரியணையில் அமரவைக்க அவர்தம் தளபதிகள் அறிவிக்கப்படாத போர்களைத் தொடுக்க ஆயத்தமாகியிருந்தனர். ஊருக்குள் பதுங்கியிருந்த அவர்கள் கோட்டைக்குள் நுழைய சுல்தான் மகள் நூருன்னிசாபேகத்தின் திருமண விழாவைப் பயன்படுத்திக்கொள்ள திட்டமிட்டிருந்தனர். இந்த மூன்று நெருப்புக்கும் தன் உயிரையே திரியாய் தந்தவன் 21ஆம் படைப் பிரிவுக்கு தலைமை தாங்கிய தன் காதலன் ஒய்மா என்ற கர்வம் வள்ளியின் நரம்பு வெட்டெங்கும் ஏறியிருந்தது. அவள் இரு மார்புக்கு இடையே மூன்றாம் மார்பாக ஒய்மாவின் முகத்தை இன்றும் உணர்கிறாள். கலகம் மூண்ட அந்நாள் இந்த நிலப்பரப்பின் வரலாற்றில் ஒரு நிமிர்ந்த நாளாக என்றென்றும் இருக்கும் என வள்ளி நம்புகிறாள். புரட்சியைத் தொடங்கியவர்களும் அதில் ஈடுபட்டவர்களும் என எந்நூறு சிப்பாய்கள் சிறைபிடிக்கப்பட்டு கொல்லப்பட்டாலும் அதில் ஆறு பேர் பீரங்கிக்கு இரையாக்கப்பட்டிருந்தாலும் இன்று சென்னை மாகாண கவர்னர் வில்லியம் பெண்டிங் பதவி நீக்கப்பட்டது ஆதிக்கம் அதிர்ந்துபோனதற்கான அறிகுறி.

ஆயுதக் கிடங்கின் முகப்புத் தெருவில் இருக்கும் காவலர் குடியிருப்பை அவள் அடைந்தபோது காவலர்களின் குழந்தைகள் கொட்டாங்குச்சியைத் தட்டி விளையாடிக்கொண்டிருந்தனர். யாரோ வீட்டுக்குள் அரைக்கும் துவையல் வாசனை வள்ளிக்கு சிறு தூரம் துணை வந்தது. தன்னை ஒருவர் பின் தொடர்வதாக மீண்டும் அவளுக்குள் ஓர் அச்சம். திரும்பிப் பார்த்தால் சில வேப்ப மரங்களைத் தவிர யாருமில்லை.

நிறைசினை ஆட்டைக் குத்தி குட்டியை வெளியே எடுத்து சாமிக்கு படைக்கும் 'துவளக்குட்டி கொடுத்தல்' போன்ற பலிகள் அவளுக்கு பயம். அதை எதிர்த்து பேசி தன் மலை கிராமத்து பெரியவர்களின் மனம் மாற்றிய தனக்கு எப்படிக் கொலை செய்ய வரும் என்று அவள் சுயபரிசோதனை செய்யவில்லை. ஒரு குறுவாள் போதுமா என்ற கேள்வியில்லை. நம்பிக்கையோடுதான்

நடந்தாள். பழி உணர்ச்சியை விட பேராயுதம் வேறில்லை என்று காலம் அவளுக்கு உணர்த்தியிருந்தது.

கோட்டை ஊழியர்களுக்கு நெல்முடிப்பை சம்பளமாக வழங்கும் அலுவலகம் ஆயுதக் கிடங்கிற்கு மிக அருகில் அமைந்திருந்தது. வள்ளி வழக்கம்போல நெல் வாங்கப் போகிறாள் என்று அந்தச் சாலையில் காத்திருந்த வீரர்கள் யாரும் அவளைச் சோதனை யிடவில்லை. கிடங்கை அவள் அடைய சில அணில் பாதங்களே இருந்தபோது அன்றைய வெடிமருந்து மூட்டைகளை கிடத்திவிட்டு வீரர்கள் வெளியே வந்தனர். சின்னானின் வருகைக்காகக் கதவைப் பூட்டாமல் வந்த வழியே திரும்பிச் சென்றனர். அவர்கள் மறையும் வரை காத்திருந்து தன் நிழல் வழியாமல் நடந்து கதவைத் திறந்து கிடங்கிற்குள் நுழைந்தாள் வள்ளி.

பரண் மீது சாய்த்து வைக்கப்பட்டிருந்த ஒரு லாந்தர் விளக்கின் மெல்லொளியில் அந்த அறை ஓர் அரைகுறை ரகசியமாகத் தென்பட்டது. சிப்பாய் புரட்சியில் சேதமான ஆயுதங்கள் வெட்கிக் கூர் குறைந்து தரையில் சிதறிக்கிடந்தன.

ஒரு பக்கம் பளபளவென புதிய துப்பாக்கிகள். இன்னொரு பக்கம் பத்தடி உயரத்திற்கு அடுக்கியிருந்த வெடி மருந்து மூட்டைகள். அதைத் தாண்டி அவள் வந்தபோது காட்டெருமை போல் எதிரில் கிடந்தது ஒரு பீரங்கி. தன் காதலன் ஒய்மாவை சிதறடித்த அதே பீரங்கி. அதை அவள் எதிர்பார்க்கவில்லை. அதற்கு உயிர் இல்லாதபோதும் அதையும் ஏதோ ஒருவகையில் கொலை செய்யத் துடித்தது அவள் நெஞ்சம். சில மைல் தூரத்தில் இருக்கும் நரசிம்மர் கோயிலுக்குச் செல்ல கிடங்கில் இருந்து சுரங்க வழி இருந்தது. அதை அடையாளம் கண்டுகொண்டாள். சம்பவம் முடிந்ததும் அந்தச் சுரங்கம் வழியாகத்தான் அவள் தப்பித்தாக வேண்டும்.

கதவு திறக்கப்படுகிறது. பூட்ஸ் காலடியின் பேடித்தனமானத் தாளத்தை வைத்தே வந்தவன் சின்னான்தான் என்பது வள்ளிக்குத் தெரிந்துவிட்டது. அவள் மூட்டைகளுக்கு நடுவில் ஒடுங்கி ஒளிந்தாள். தன் இடுப்பில் முடிந்திருந்த குறுவாளின் குடுமி பிடித்து அதை ஆழப் பாய்ச்சுவதற்கு ஏதுவாக ஏந்திக்கொண்டாள். இருமூட்டை அடுக்குகளுக்கு இடையே அவள் இமைக்காமல் காத்திருந்தாள்.

கீழே கிடந்த ஓர் உடைந்த துப்பாக்கியை எடுத்து குறி பார்க்க முயற்சித்தான் சின்னான். புதிய துப்பாக்கிகளை எண்ணத் தொடங்கினான். பழுதாகியிருந்த பீரங்கி சக்கரத்தில் எண்ணெய் ஊற்றினான். வள்ளி வெகுண்டெழத் துடித்தாள். நேரம் கடந்த

பதுங்கல் புதைவுக்குச் சமம் என புரிதல் கொண்டவள் மூட்டைகளில் படபடவென ஏறி அதன் உயரம் தாண்டி குறுவாளோடு சின்னானின் மார்பு நோக்கி சீறி பாய்ந்தாள். அந்தத் தாக்குதலுக்கு முன்பே தயாரானவனைப் போல் அவன் நிதானமாக விலகினான். அவள் கையைப் பிடித்து முறுக்கி அடிவயிற்றில் எட்டி உதைத்தான். அவள் பீரங்கிக் குழலில் மோதி விழுந்தாள். பீரங்கிச் சக்கரத்தில் சிக்கிய தன் குறுவாளை சட்டெனத் திருகியெடுத்து சின்னானின் கழுத்தைக் கிழிக்க ஓடினாள். வள்ளியின் அந்த அசுரத்தனமான மீண்டெழுதல் சின்னானைத் திக்குமுக்காடச் செய்தது. அவன் மார்பை பிளந்தாள். நெருப்பில் சிக்கிய நரியைப் போல நடுநடுங்கி ஊளையிட்டான். இரத்தம் பீறிட்டது.

அப்பொழுது கிடங்கின் கதவு படாரென திறந்தது. ஆறடி உயரமுள்ள ஆஜாபானு அகழிக்காவலன் உமர் வாளோடு தோன்றினான். வலப்பக்கம் சின்னான். இடப்பக்கம் உமர். ஒரு முறை பாய்ந்த கத்தி ஓராயிரம் கொலைகளுக்குத் தயாராகிவிட்டதாக வள்ளியின் உதிரம் சொல்லியது. நெருங்கி வந்த காவலனைத் தன் குறுவாளால் அவள் தாக்க முயற்சித்த அதே நொடி சின்னான் தன் கத்தியை உருவி வள்ளியின் இடது தொடையை அறுத்தெறிய முனைந்தான். வெளிச்ச வேகத்தில் முன்னேறிய காவலன் உமர் ஒருகையில் வள்ளியின் தாக்குதலை தடுத்து இன்னொரு கையில் வாளெடுத்து சின்னானின் கையைத் துண்டாக்கினான். சின்னான் தரையில் கிடந்த உடைந்த துப்பாக்கிகளின் மீது தடதடவென சாய்ந்தான். வள்ளி வியப்பில் பின் வாங்கினாள்.

"உங்களுக்கு பாதுகாப்புத் தரச் சொல்லி இளவரசியின் மெய்க்காப்பாளர் உத்தரவு" என்று வள்ளியை வணங்கினான் உமர்.

அவன் திப்புசுல்தான் படையில் இருந்து கம்பெனி படைக்கு மாறிய காவல் வீரன். சின்னானுக்கு இரத்தம் இருண்டது. அவன் உடல் சாய்ந்தும் ஒரு மிடறு உயிர் இன்னும் மிச்சம் இருந்தது. தன் வியப்பைக் கட்டுப்படுத்திக்கொண்ட வள்ளி மீதி கொலையை திறன்பட முடித்தாள்.

சின்னானின் மூச்சு முற்றிலும் நின்றதும் வள்ளி தரையில் தடுமாறி மூட்டையில் சாய்ந்தாள். அவள் இதயத் துடிப்பு சீலையைக் கிழிக்கப் பார்த்தது. அவள் கண்களின் சிவப்பு மௌனமாய் நுரைத்து ஆயுதக் கிடங்கெங்கும் பரவியது. அந்த மௌனத்திரளைக் கலைக்க உமர் விரும்பவில்லை. அவன் கைகட்டி நின்றான். நீண்ட நேரம் பிணத்தோடு இருப்பது கொலை அறமல்ல என்று வள்ளிக்கு

தெரியும். ஒய்மாவின் கடந்தகால கரத்தைப் பிடித்துக்கொண்டு அவள் எழுந்தாள்.

“நான் என்ன செய்ய வேண்டும்” உமர் காத்திருந்தான்.

“இவனை இங்கேயே புதைத்துவிடவா?” உமரே வழி சொன்னான்.

வள்ளி ரௌத்திரம் பிசகாமல் தலையாட்டினாள். கிடங்கின் மூலையில் உமர் குழிவெட்ட தொடங்கினான்.

“உமர் ஐயா” வள்ளி அழைத்தாள். “இவனோட சேத்து இந்த பீரங்கியையும் புதைக்கணும்”. அது அவள் ஆணை. அதை எந்தக் கேள்வியுமின்றி ஏற்று மணித்துளியும் தாமதிக்காமல் ஒரு பெருங்குழி தோண்டி சின்னானையும் பீரங்கியையும் குழியில் தள்ளி மண் மூடி அதன் மேல் மூட்டைகளைக் கிடத்தினான் உமர்.

உமரைக் கைகூப்பி வணங்கினாள் வள்ளி. அவளது நன்றி உதடுகளில் உதிர்வதற்கு முன் கண்களில் வழிந்துவிட்டது. அந்த கண்ணீர்த்துளிகளை அவன் இளவரசியிடம் கொண்டு சேர்ப்பான் என்ற நம்பிக்கையோடு வள்ளி சுரங்கத்தில் இறங்கினாள்.

★

---

*[குறிப்பு: 1806ஆம் ஆண்டு வேலூரில் நடந்த சிப்பாய் புரட்சியையும் 2018ஆம் ஆண்டு அகழாய்வு பணிகளின் போது வேலூர் கோட்டைப் பகுதியில் ஒரு பீரங்கி கண்டெடுக்கப்பட்ட உண்மைச் செய்தியையும் அடிப்படையாகக் கொண்டு புனையப்பட்டது]*

## 'கோஸ்ட்' குருநாதன்

பழனிச்செட்டிப்பட்டி (எ) பி.சி.பட்டி மாரியம்மன் பேக்கரியில் குருநாதனும் பூங்கோதையும் ஆளுக்கொரு பிஸ்தா கேக் சுவைக்கத் தொடங்கி ஒரு மணி நேரமாகிறது. 'நான் ஒண்ணும் அவ்வளவு வொர்த் இல்லையே' என்று மிச்சமிருந்த கேக் உச்சு கொட்டியது.

அடுத்த வாரம் இருவருக்கும் வீரபாண்டி கோவிலில் திருமணம். இரண்டு அழைப்பிதழ் கட்டு மேஜையில் கிடந்தன. குருநாதன் தன் உள்ளூர் நண்பர்களுக்கும் பூங்கோதை தன் உள்ளூர் தோழிகளுக்கும் தனித்தனியே அழைப்பிதழ் வைத்துவிட்டு மாரியம்மனில் இளைப்பாறிவிட்டு அன்றைய இறுதி நிகழ்ச்சியாக ஹரீ கிருஷ்ணா திரையரங்கில் "பங்கமாயிருவ பாத்துக்க" படத்தின் நான்கு மணி ஆட்டத்துக்குத் தயாராக இருந்தனர். இரு சாரார் வீட்டுக்கும் இந்தச் சந்திப்பு தெரியாது. திருமணத்திற்கு முன் ரகசியமாக சந்திக்கும் யுவன்களும் யுவதிகளும் இப்படித்தான் நம்புகிறார்கள். இன்னும் சற்று நேரத்தில் தாங்கள் பார்க்கவிருக்கும் அந்தப் படத்தின் தலைப்பு ஓட்டம்தான் தன்மானத்தை நிர்ணயிக்கப் போகிறது என்று குருநாதன் பதைக்கிறான். பூங்கோதைக்கும் ஒரு படபடப்பு இருக்கத்தான் செய்தது. இரு வீட்டு சொந்தங்களும் அதைப் பற்றி அரசல் புரசலாக பேசிக்கொண்டுதானிருந்தனர். எல்லாவற்றுக்கும் காரணமான அந்தத் திருமண அழைப்பிதழ் பிஸ்தா கேக் மணத்திற்கிடையே தியானத்தில் இருந்தது.

இதே மாரியம்மன் பேக்கரியில் இரண்டு மாதங்களுக்கு முன் குருநாதனும் பூங்கோதையும் சந்தித்த அந்த முக்கியப் பொழுதில்தான் பதற்றம் தொடங்கியது.

அன்று அந்த மேசையில் பிஸ்தாவுக்கு பதிலாக சாக்லெட் கேக் இருந்ததை விட அழைப்பிதழுக்கு பதிலாக அழைப்பிதழின் திருத்தல் படிவம் இருந்ததே குறிப்பிடத்தக்கது.

குருநாதன் ஒல்லிச்சிவப்பன். பூங்கோதை மெல்லச்சிரிப்பி. எதைத் தின்றாலும் சதை போடாத வரம் அவனுக்கு. எதைச் சொன்னாலும் மெல்லச் சொல்லும் சுரம் அவளுக்கு. இருவீட்டு சொந்தங்களின் பெயர் வரிசை ஏந்தி அழைப்பிதழின் திருத்தல் படிவம் மேசையில் கிடந்தது. ஒவ்வொரு பெயரையும் சரிபார்த்து முடித்து அன்று அச்சுக்கு அனுப்ப வேண்டிய நாள். மருதமுத்து என்ற தன் மாமாவின் பெயருக்கு முன் "மாவட்டம்" சேர்த்தான் குருநாதன். அது என்ன மாவட்டம் மருதமுத்து என்று பூங்கோதை கேட்கவில்லை.

இப்படி அங்கும் இங்கும் சில திருத்தங்கள். எல்லாம் சுபம். முக்கியத் திருத்தத்திற்கு பூங்கோதை தயாரானாள். திரைப்படத்துறையில் உதவியாளர் என்பது குருநாதன் பெயருக்குக் கீழே இருந்த உத்தியோக அடையாளம்.

“நீங்க உதவியாளரா இருக்கவா சினிமாக்கு போனீங்க?”

“நான் எழுத்தாளர் மா. தெரியாத மாரி கேக்கிறியே”

“எனக்குத் தெரியுமுங்க. எல்லாருக்கும் தெரியுணும்ல. அதுக்கு என்னங்க பண்லாம்?”

எல்லாருக்கும் தெரிய வேண்டும் என்ற பூங்கோதையின் ஆதங்கம் நியாயம். ஏனெனில் குருநாதன் யாருக்கும் தெரியாத எழுத்தாளன்.

திரைத்துறையில் செல்லமாக ‘கோஸ்ட்’ குருநாதன் என்று அழைக்கப்படுகிறான். கதை திரைக்கதை வசனம் எழுதும் எண்ணத்தோடு தேனியில் இருந்து கோடம்பாக்கம் வந்தவன். பல முன்னணி இயக்குநர்களோடு பணியாற்றியவன். சுமாரான எழுத்தாளன். சுமாரான காட்சிகளுக்கு மிகவும் பயனுள்ளவன். “சோகமாக இருக்கற மனுஷனுக்கு மிகப் பெரிய ஆறுதலே இன்னொரு மனுஷனோட சோகம்தான்” என்று சமயத்தில் எதார்த்தமான வரிகளும் எழுதுவான். பல படங்களில் இவன் வசனம் பயன்படுத்தப்படும். பேர் வெளியே வராது. உதவியாளர், துணை உதவி இயக்குநர், உதவி தயாரிப்பு பணியாளர் என்று தலைப்பு ஓட்ட பட்டியலில் தலைமறைவாகவே இருப்பான்.

ஆனால் குருநாதன் வசனம் எதுவென்று திரைத்துறையினர்க்கு நன்கு தெரியும். படம் பார்க்கும் உதவி இயக்குநர்கள், நடன கலைஞர்கள், பிற ஊழியர்கள் ‘இது நம்ம கோஸ்ட் குருலைனாதான் இருக்கும்’ என்று அடித்துச் சொல்லும் அளவிற்கு அவன் துல்லியமான துறை பிரபலம்.

சிறப்பான வசனங்களை விட தவறான வசனங்களே அவன் புகழுக்குக் காரணம். “அமெரிக்காவில் மருத்துவம் இலவசம் ஆனா இங்க இலவசத்துலயும் லஞ்சம்” என்ற வசனத்தை எழுதியவன் இவன்தான். “எந்த அமெரிக்காவுலடா மருத்துவம் இலவசம்” என்று சமூக வலைத்தளம் விதவிதமாய் வசைபாடி பேரன்பு செய்தது. தப்புத்தப்பாய் புள்ளி விவரங்கள் தந்து எக்குத்தப்பாய் மாட்டியக் காட்சிகளும் உண்டு. எல்லா புகழும் இயக்குநருக்கே

என்பதால் தப்பித்துக்கொள்வான். இத்தகைய தருணங்களில்தான் கோஸ்ட்டாக இருப்பதன் மகத்துவத்தைப் போற்றியிருக்கிறான்.

நிஜங்களை நோக்கி நகர வேண்டியவன் ஆவியாக அலைவது பூங்கோதைக்கு பிடிக்கவில்லை. தான் சொல்ல வந்ததைச் சொல்லும் வரை அந்த சாக்லெட் கேக்கையும் அவள் தொடவில்லை.

"இன்விடேஷன்ல உங்க பேருக்குக் கீழ திரைத்துறை உதவியாளர்னு போடறத்துக்கு பதிலா எழுத்தாளர் இல்லனா வசனகர்த்தானு போட்டா இன்னும் உண்மையா இருக்கும்ல?"

"இருக்கும்தான். ஆனா இதுவரைக்கும் எந்த படத்துலயும் அப்படி க்ரெடிட் வரலையே.. தப்பா இருக்குமே கோத."

"அது வரலையா? இல்ல நீங்க கேக்கலையா?"

"கேக்காம இல்ல கோத. ஒருசில முற கேட்டிருக்கேன்."

"இப்ப நீங்க வேல செய்யற பங்கமாயிருவ பாத்துக்க படத்துல உங்க வசனம் எதாவது வருதா?"

"இருக்கு இருக்கு. நம்ம ட்ரேட்மார்க் பஞ்ச் நிறைய இருக்கு."

"அப்ப ஒண்ணு பண்ணுங்க. அந்த டைரக்டர்கிட்ட வசனத்துல உங்க பேர சேக்கச் சொல்லி கேளுங்க. நாமளும் அழைப்பிதழ்ல வசனகர்த்தானு போட்டுக்குவோம்."

"நீ சொல்றதும் சரிதான். அந்தப் படம் நம்ம கல்யாணத்துக்கு முன்னாடி ரிலீஸ் ஆயிரும். நமக்கு அதுல நல்ல பேர் வரும். கேட்டு பாக்குறேன்."

"நான் சொல்றன்னு தப்பா நினைக்காதீங்க. இனிமே உங்கள யாராவது கோஸ்ட்டுனு கூப்ட்டா அவன் கொமட்டுலயே குத்துங்க"

இயக்குநர் அரிச்சந்திரதாசன் அலுவலகத்திற்கு ஒரு தனித்தன்மை உண்டு. அவருடைய படங்கள் வென்றாலும் தோற்றாலும் அவரது அலுவலகத்தை ஒரு நிரந்தர பரபரப்பு சூழ்ந்திருக்கும். அது தமிழ் திரைத்துறைக்கே ஒரு நம்பிக்கை திருத்தலம். அனைவருக்கும் அவர் அன்பர். சினிமாவில் ஒருவர் வெல்ல வேண்டும் எனில் அவர் வல்லவராக இருக்க வேண்டும். ஒருவர் வெல்ல வேண்டும் என்று மற்றவர்களும் நினைக்க வேண்டுமெனில் அவர் நல்லவராக இருக்க வேண்டும்.

அரிச்சந்திரதாசன் வல்லவரா நல்லவரா என்பதல்ல அன்றைய கேள்வி. அவர் தனக்கு என்ன பதில் சொல்ல போகிறார் என்பதுதான் குருநாதனின் சிந்தனை.

படத்தொகுப்பு அறையில் 'பங்கமாயிருவ பாத்துக்க' படத்தின் ஒரு பாடல் காட்சியை அரிச்சந்திரனும் படத்தொகுப்பாளர் சந்திரனும் ஒலி ஒளி பிறழாமல் செதுக்கிக்கொண்டிருந்தனர். எல்லா பாடல்களையும் இன்று பின்னணி ஓசையாகவே ஓட்டி பழகிவிட்டதால் பாடல் காட்சி முடிந்ததும் வரும் விவசாயி தற்கொலைக் காட்சியிலும் காதல் பாடலே ஓடிக்கொண்டிருந்தது. அரிச்சந்திரதாசன் அந்த அபத்தத்தை சுட்டிக்காட்டி நீக்கினார்.

வரவேற்பறையில் குருநாதன் காத்திருந்தான். படத்தின் 'அறிமுக விளம்பரம்' சுவற்றில் காணப்பட்டது. நாயகன் முன்னிலையில் விவசாயிகள் திரண்டிருக்கிறார்கள். விவசாயிகளைக் காப்பாற்றுவது யார் என்பது போல் நாயகனின் முகபாவம். விவசாயிகளை சினிமாவிடம் இருந்து காப்பாற்றுவது யார் என்பது போல விவசாயிகளின் முகபாவம். ஒரு போஸ்டரை இப்படியெல்லாம் தவறாகப் புரிந்துகொண்டு அதை இயக்குநரிடம் வெளிப்படையாகவே சொல்லும் கெட்ட பழக்கம் உண்டு குருநாதனுக்கு. அந்த வரவேற்பறை மேசையில் ஓர் ஆப்பிள் பூங்கொத்து குலுங்கிக் கொண்டிருந்தது. அதன் பாதி திறந்த வாழ்த்து அட்டையில் "நன்றி நண்பரே" என்று யாரோ தங்கள் பெயரை யாராலும் படிக்க முடியாதவாறு கிறுக்கியிருந்தார்கள்.

"வாடா பர்பி.."

உற்சாகமாக வரவேற்பறைக்கு வந்தார் இயக்குநர். படப்பிடிப்புத் தளத்தில் மதிய உணவுக்கு பின் வேர்க்கடலை பர்பி பரிமாறப்படும். விதவிதமான பர்பிகளைக் கண்டறிந்து வாங்கி வருவது குருநாதனின் சிறப்பம்சங்களில் ஒன்று. அவர் தன்னை பர்பி என்று அழைத்ததும் ஒரு நுண்ணொடி அவன் மனக்கண்ணில் திருமண அழைப்பிதழ் பளிச்சிட்டது. அதில் தன் பெயருக்குக் கீழே 'திரைத்துறையில் பர்பியாக இருக்கிறார்' என்ற வாசகம் பழுப்பு நிறத்தில் அச்சானது. அந்த விபரீத கற்பனையில் வாயடைத்து போனவனைத் தோளில் தட்டி விழிக்க வைத்தார் அரிச்சந்திரன்.

"என்னம்மா இந்த நேரத்துல?"

"ஒண்ணும் இல்ல சர்."

"கல்யாண ஏற்பாடெல்லாம் நல்லா போயிகிட்டு இருக்கா? கடா விருந்துக்கு மொத ஆளா வருவேன்."

"நல்லா வாங்க சர். குடும்பத்தோட வாங்க."

"உன் மூஞ்சுல எதோ சப்டெக்ஸ்ட் ஓடுதே. என்ன சொல்லு."

"நம்ம படத்துல.."

"படத்துல?"

"எனக்கு.. எனக்கு என்ன க்ரெடிட் குடுப்பீங்கன்னு..."

"பார்ரா.. இதெல்லாம் கேக்கற அளவுக்கு.. ம்ம்... இதான் மாப்ள கெத்தா?"

"அய்யய்யோ. அப்படி இல்ல சர்.. வசனத்துல.."

"வசனமா? கென்னடியின் காதலி மோனிகா லெவன்ஸ்கினு எழுதி கொடுத்தியே. ஞாபகம் இருக்கா. அத மட்டும் நான் அப்படியே யூஸ் பண்ணியிருந்தா பில் க்ளிண்டன் காண்டா யிருக்கமாட்டாரு? உன் வசனத்த க்வாரண்ட்டைன்ல வச்சு க்ராஸ் செக் பண்ணியே தலசுத்தி போச்சுடா சாமி."

"போன படத்துல நான் எழுதி கொடுத்த ஒரு வசனத்துக்கு தியேட்டர்ல கை தட்னாங்களே சர்."

"அதுக்கு என்ன இப்ப? அதான் உதவியாளர்னு பேர் வந்துச்சே."

"உதவியாளர் வசனமும் எழுதுவார்னு யாருக்கும் தெரியாதே சர். வசனத்துல பேர் வந்தாதான தெரியும். நாம செஞ்ச வேலைய எல்லாரும் பாராட்டும்போது அத நாமதான் செஞ்சோம்னு நிரூபிக்க முடியாம போறது பெரிய வேதன சர்."

அந்த வசனம் அவருக்கு மிகவும் பிடித்திருந்தது.

"புரியுது குரு. ஒண்ணு இரண்டு வசனத்துக்கெல்லாம் பேர் போட முடியாது. பாட்ஷா படத்துல நல்லவங்கள ஆண்டவன் சோதிப்பான் வசனம் ரஜினி சர் சொன்னதுனு கேள்விபட்டேன். அதுக்காக வசனத்துல அவர் பேரையா போட்டாங்க."

"அவர் ரஜினி சர். நான் குருநாதன். அதுவும் கோஸ்ட் குருநாதன். எல்லாரும் கோஸ்ட்டுனு கூப்பிடறது ஆரம்பத்துல தமாசா இருந்துச்சு சர். இப்ப வலிக்குது. எதாவது பண்ணுங்க சர்."

"அப்ப நீ எழுத்தாளரா ஆகணும்னுதான் சினிமாக்கு வந்தியா? டைரக்ஷன் விருப்பம் இல்லையா?

"ஆமா சர்."

"இத ஏன்ப்பா முதலயே சொல்லல? சரி அத விடு. இந்தப் படத்துல எல்லா வசனங்களையும் ராமகண்ணன் எழுதியிருக்காரு. நீ சொன்ன லைன் ஒண்ணோ இரண்டோ அங்க இங்க இருக்கும்.

இதுல அவர் பேரோடு சேத்து உனக்கும் க்ரெடிட் குடுக்கறது சிக்கல். அடுத்த படத்துல நாம யோசிச்சு செய்வோம். நீ போய் கல்யாண வேலைகள பாரு."

அவன் தன் கல்யாணத்தின் முக்கியமான வேலையைத்தான் தற்போது பார்த்துக்கொண்டிருக்கிறான் என்று அவருக்குத் தெரியாது. நீக்கப்பட்ட காட்சியாக அந்த அறையை விட்டு அவன் வெளியே வந்தான். வழியில் ஒரு வாகன ஓட்டுநர் "என்ன கோஸ்ட் எப்படி இருக்க?" என்று நலம் விசாரித்தான். வெளிப்படும் சக்தி இல்லாத ஒரு கோபத்தோடு குருநாதன் அவனைக் கடந்து போனான்.

பூங்கோதை தந்த நம்பிக்கையில் "திரைத்துறையில் எழுத்தாளர்" என்று தைரியமாக அச்சடித்து விட்டான். பங்கமாயிருவ பாத்துக்க படத்தில் இவன் வசனம் எழுதியிருப்பதாக பி.சி.பட்டி வட்டாரம் பெருமையோடு நம்புகிறது. படத்தின் முதல் நாள் நான்கு மணி ஆட்டத்திற்கு இன்னும் அரை மணி நேரமே இருந்த நிலையில் மாரியம்மன் பிஸ்தா கேக்கை குருவும் பூவும் குழப்பி அடித்து முடித்தனர்.

அழைப்பிதழ் கட்டை அள்ளியெடுத்துக் கொண்டு ஆட்டோ பிடித்து திரையரங்கை அடைந்தனர். வழியில் தங்கள் திருமண வரவேற்புக்காக சாலையோரம் கட்டப்பட்டிருந்த வண்ணப் பதாகையில் இருவரும் கருப்பு கண்ணாடியோடு பொவண்டோ குடித்துக்கொண்டிருக்கும் புகைப்படம் இடம் பெற்றிருந்தது. அதில் காணப்பட்ட "எழுத்தாளர் குருநாதன்" என்ற கொட்டை எழுத்து குருநாதனின் குரல்வளையைப் பிடித்துக்கொண்டே ஆட்டோவில் கூட வந்தது. அவன் விழி பிதுங்கிதான் இறங்கினான்.

பாப்கார்ன் தொட்டியோடு இருவரும் இருக்கையில் அமர்ந்தனர். ஆங்காங்கே தெரிந்த சில தூரத்துச் சொந்தங்கள் திரும்பிப் பார்த்து "ஆங்.. இருக்கட்டும் இருக்கட்டும்" என்று அநாவசியமாக அனுமதி சான்றிதழ் வழங்கிக்கொண்டிருந்தனர். பெண் வீட்டை சேர்ந்த சிலர் திரையில் மாப்பிள்ளையின் பெயரைப் பார்த்து உத்தியோகத்தை உறுதிப்படுத்திக் கொள்ளவே வந்திருக்கிறார்கள் என்பதைப் புரிந்துகொண்ட குருநாதன் இருக்கையில் தன்னைப் புதைத்துக்கொண்டான். வழக்கம்போல் உதவியாளர் பட்டியலில்தான் இவன் பெயர் இருக்கும் என்று பூங்கோதை நினைத்தாள். அதற்கும் கூட இந்த முறை வாய்ப்பில்லை என்பது குருநாதனின் அனுமானம்.

படத்தின் பெயர் வந்ததும் அரங்கில் தூரத்து சொந்தங்களின் விசில் பறந்தது. குருநாதனுக்கு அது மருத்துவ அவசர ஊர்தியின் சைரன் சத்தத்தைப் போலவே கேட்டது.

இசை: மிஷ்ரா

சண்டைப்பயிற்சி: தண்டர் தமிழரசன்

படத்தொகுப்பு: சந்திரன்

ஒளிப்பதிவு: அறிவழகன்

ஒவ்வொரு பெயரும் ஓடிமுடியும்போது குருநாதனின் இதயம் மார்புக்கு வெளியே வந்து பாப்கார்னை முட்டிவிட்டு போனது. அனைவரும் எதிர்பார்த்த அந்த வெள்ளித்திரை நொடி வெளிச்சத்திற்கு வந்தது.

வசனம்: ராமகண்ணன்

கூடுதல் வசனம்: குருநாதன்

மற்றவர்களுக்கு அது ஏமாற்றம். குருநாதனுக்கு அது ஏற்றம். தன் இயக்குநருக்கு மனதிற்குள் நன்றி சொல்லி அவருக்குப் படைப்பதாக நினைத்து சில பாப்கார்ன் துண்டுகளைத் தனக்குள் செலுத்தினான்.

"கோஸ்ட் குருநாதன் இனி கூடுதல் குருநாதன் என அழைக்கப்படுவார்" என்று பூங்கோதை அவனுக்குக் கை கொடுத்தாள். குருநாதன் அவளைக் கட்டி அணைத்தான்.

இடைவேளையில் அவன் இருக்கையை கடந்துபோன பூங்கோதையின் சித்தப்பா "மாப்ள உங்க கூடுதல் வசனம் பிரமாதம்" மீசையை முறுக்கிக்கொண்டு நகர்ந்தார். தங்கள் பிள்ளைகளை வாயாரக் கொண்டாடுவதற்கு சாதனையோ காரணமோ இந்த வெள்ளந்தி மக்களுக்குத் தேவையில்லை.

படம் முடிந்து இருவரும் ஆட்டோவில் பயணித்தபோது குருநாதனுக்கு சாலைகளில் ஆங்காங்கே சிதறியிருந்த பூக்களெல்லாம் கண்ணுக்குத் தெரிய தொடங்கின. விளக்குகள் வாழ்த்து செய்தி வாசிப்பதாகத் தோன்றியது. அந்த நிமிடத்தில்தான் அவன் புதியதோர் ஆச்சரியத்தை பூங்கோதைக்கு தந்தான்.

"அய்யா இப்ப சினிமா தாண்டி அரசியலுக்கும் போயாச்சு. அமைச்சர் மாணிக்கவாசத்துக்கு நம்ம கோவிந்தன் தான் செக்ரேட்டரி. அமைச்சர் போற நிகழ்ச்சிக்கெல்லாம் நாமதான் ஸ்க்ரிப்ட். இது முழுக்க முழுக்க கோஸ்ட் வேலதான். பேர்

போடுங்கனு கேட்டா ஆள போட்ருவாங்க. ஆனா பணம் கரெக்ட்டா வந்திரும். இந்த வீடியோவ பாரு."

அதில் அமைச்சர் ஒரு பள்ளி விழாவில் பேசிக்கொண்டிருக்கிறார். மாணவர்கள் இலக்கியம் படிக்கவேண்டும் என்று தொடங்கும் அவர் 'சிலப்பதிகாரம் எழுதிய சீர்காழி கோவிந்தராஜன்' என்று பேசும் இடத்தில் பூங்கோதை சிரித்துவிட்டாள். அவள் பெருமையில் சிரிப்பதாக நினைத்த குருநாதன் ஒரு செயற்கையான தன்னடக்கத்தோடு அவளை ஆசையாய் பார்த்தான். அவனது தவறானப் புரிதலை அன்றைய தினமே திருத்த அவள் விரும்பவில்லை.

## வாமன்

**வா**மன் பொய்யாமொழி தன் தோழி மாலினியை முதல் முறையாக முத்தமிட்டான். அந்த முத்தத்திற்கு முன்னும் பின்னும் காதல் கசிவு எதுவுமில்லை. அது ஒரு தோழமை முத்தமாக இருக்கலாம். அல்லது ஒரே நொடியில் நிகழ்ந்து முடிந்த பருவ அவசரநிலை என்றும் சொல்லலாம். கல்லூரியில் இயல்பாக பழகும் இருவரும் கல்லூரிக்கு வெளியே ஒரு திரைப்படத்திற்கு வந்தபோது இயல்பை இழந்திருக்கிறார்கள். திரையரங்க வளாகத்தின் குறுக்குச் சந்தை கடந்தபோது அது கடப்பதற்கான சந்தல்லவே என்று வாமனுக்குத் தோன்றியது. யாருமற்ற அந்த இடத்தை மாலினியும் தன் ஆடை சரிசெய்ய பயன்படுத்திக்கொண்டாள். அவள் எதையோ நினைத்து மெல்ல சிரித்தாள்.

எதற்குச் சிரிக்கிறாய் என்று வாமன் கேட்டதற்கு அவள் பதில் சொல்லாமல் தன் சிரிப்பை இதழ்ப்பசையில் புதைத்தாள். அது புதையாமல் சிந்தியது. அவளது மர்மத்தை உதாசீனப்படுத்த எண்ணிய வாமன் அவள் தோள்களை உலுக்கி உதட்டில் முத்தமிட்டான். அவனைத் தள்ளிவிட முயற்சிப்பது போல் அவள் நடித்தாள். அங்கே அந்த முத்தத்திற்கான தேவை என்ன என்று இருவருக்குமே புரியவில்லை. வாமனின் தற்போதைய மனநடுக்கம் முதல் முத்தத்தினால் வந்ததல்ல. அவன் தன் வாழ்வில் சொல்லப்போகிற முதல் பொய்யினால் வந்தது.

மகாலிங்கபுரம் ஐயப்பன் கோவிலின் தரிசனப் பாதையில் அமைந்திருந்தது அந்த இல்லம். தொலைக்காட்சியில் அமிலச்சிவப்பும் சுனாமி

நீலமும் மாறி மாறி தெறித்துக்கிடந்த ஆங்கிலச் செய்தித் தொகுப்பை மூங்கில் நாற்காலியில் தேநீர் கோப்பையோடு அமர்ந்து வேடிக்கை பார்த்துக்கொண்டிருந்தாள் திலகசாந்தி.

தானும் ஒரு ஊடகவியலாளர் என்பதால் தொலைக்காட்சியின் சிவப்பு நீல கொதிப்பைக் கருப்பு வெள்ளையாக பார்க்கமுடிந்த முதிர்வு இருந்தது அவளுக்கு. எதிரில் இருந்த வட்ட மேசையில் அன்றைய நாளிதழ் மடிப்பு நீங்காமல் கிடந்தது. நாளிதழுக்குப் பக்கத்தில் இருந்த திலகசாந்தியின் செல்பேசி அதிர்ந்து அதன் முகத்தளத்தில் கார்த்திகேயன் என்ற பெயரும் நாற்பது வயது மதிக்கத்தக்க அவரின் புகைப்படமும் குமிழ்ந்தன. அவர் திலகசாந்தியின் நண்பர். தமிழ்நாடு தொல்லியல் துறையில் பராமரிப்பு அலுவலராக பணிபுரிகிறவர். திலகசாந்தி அந்த அழைப்பை ஏற்றதும்

"அந்த வேலூர் விஷயம் பாத்தீங்களா?" என்று கரகரத்த குரலில் கார்த்திகேயன் கேட்டார்.

"பேப்பர் வாங்கிட்டேன். ஆனா இன்னும் செய்தி பாக்கல. பாத்துட்டு அழைக்கிறேன்" என்று சொல்லிவிட்டு நாளிதழைப் புரட்டினாள்.

அதில் வேலூர் கோட்டை அகழாய்வு பணியில் ஒரு பீரங்கி கண்டெடுக்கப்பட்டிருப்பதாக செய்தி பார்த்தாள். விரிவாக படித்துவிட்டு கார்த்திகேயனை அழைத்து

"பாத்துட்டேன். உங்க பயணத்துல இது ரொம்ப சுவாரசியமான அனுபவம்" என்று வாழ்த்தினாள்.

அந்த நாளிதழைப் பிரிக்காமலே அவள் வாழ்த்து சொல்லி யிருக்க முடியும். அந்த இரண்டாவது அழைப்புக்கு அவசியமே இல்லாமல் செய்திருக்க முடியும். ஆனால் தன் சொல்லும் செயலும் உண்மையாக இருக்க வேண்டும் என்பது திலகசாந்தியின் எண்ணம். அது கார்த்திகேயன் மீது கொண்ட நன்மதிப்பு அல்ல. கீசாவின் மீது கொண்ட அருவருப்பு.

திருமணமாகி குழந்தை பிறந்த மூன்றாவது ஆண்டே திலகசாந்தி தன் காதல் கணவன் வரதராசனைப் பிரிந்தாள். அவன் பொய்களின் சரணாலயம். பொய்களே அவன் மூலாதாரம். காதல் பொய்கள் இனித்த அளவிற்கு திலகசாந்திக்கு இல்லற பொய்கள் இனிக்கவில்லை. அவனோடு வாழ்ந்து வாழ்ந்து பொய்களுக்கு வாசனை இருப்பதாக சாந்தி உணர்ந்தாள். கேளிக்கை பொய்களுக்குப் புகையிலை வாசம். நல்லெண்ண பொய்களுக்கு மலைத்தேன் வாசம். குழந்தையைக் கொஞ்சும் பொய்களுக்கு மழைக்கு முந்தைய மண்வாசம். அலுவலகப் பொய்களுக்கு நீண்ட நாள் துவைக்காதக் காலுறைகளின் வீச்சம். அரசியல் அதிகாரப் பொய்களுக்கு முள்வேலி வாசம். நம்பினோரை வஞ்சிக்கும் துரோகப் பொய்களுக்கு துர்நாற்றம். மலைத்தேன் வாசம் புகையிலைக்கு மாறி பின் துர்நாற்றமாக திரிந்தபோது திலகசாந்திக்கு விவாகரத்து நடந்தது. நீதிமன்றத்தை விட்டு வெளியேறிய அன்று தன் மகன் வாமன் வரதராசனுக்கு வாமன் பொய்யாமொழி என பெயர் மாற்றினாள். உண்மையின் அனைத்துருவாய் அவனை வளர்த்தெடுக்க உறுதிபூண்டாள்.

மாலினியோடு 96 படம் பார்த்துவிட்டு திரும்பிய வாமன் தன் இருசக்கர வாகனத்தை ஒரு புதிய வீரியத்தோடு முறுக்கி வீட்டின் முகப்பில் நிறுத்தினான். தன் இளமையின் முதல் முத்தக்காட்சியை வாசலில் தரவிறக்கம் செய்துவிட்டு உள்ளே நுழைந்தான். பிறந்தது முதல் இதுவரை தன் தாயிடம் எதையுமே மறைக்காத வாமனுக்கு இன்று தான் யாரோடு திரைப்படத்திற்கு சென்றுவந்தான் என்ற செய்தியை மட்டும் மறைக்க தோன்றியது. மேகங்கள் அவிழும்போது வானவில்லும் அவிழ்வது போல் மாலினியைப் பற்றி விவரிக்கும்போது முத்தத்தைப் பற்றியும் உளற

நேருமோ என வாமன் அஞ்சினான். உண்மையை மறைக்க இரண்டு வழிகள். மௌனம் காத்தல் ஒருவழி. பொய்யுரைத்தல் இன்னொரு வழி. அளவுக்கதிகமான மௌனம் ரகசியங்களுக்கு ஆபத்தானது என்பதால் முதல் வழியை அவன் விரும்பவில்லை.

திலகசாந்தியின் மறுசூழற்சியால் சுத்திகரிக்கப்பட்ட அவன் இரத்தத்தில் இரண்டாம் வழிக்கு இடம் இல்லை. எனினும் எந்தச் சுத்திகரிப்பும் நூறு சதவிகித தூய்மையைத் தருவதில்லை. மாலை வரை பொய்யாமொழியாய் இருந்தவன் அந்த ஒருநாள் இரவு மட்டும் வரதராசனாய் மாறி தன் முதல் பொய்யை சிந்திக்கத் தொடங்கினான். "குளிச்சிட்டு சாப்பிட வா" என்று திலகசாந்தி சொன்னபோது தன் பொய் உற்பத்திக்கு போதுமான நேரம் கிடைத்ததாக அவன் மகிழ்ந்தான்.

குளியலுக்கும் தலை சீவுதலுக்குமான இடைவெளியில் வாமன் ஒரு பரபரப்பான ஆராய்ச்சியில் ஈடுபட்டான். தானும் தன் தாயும் பேசிக்கொள்ள நேர்ந்தால் எந்த புள்ளியில் அவனுக்கு பொய் தேவைப்படும் என்று அலசினான்.

*எந்தப் படத்திற்கு சென்றிருந்தாய்? 96.*

*எதாவது சாப்பிட்டாயா? ஆம். ஒரு பட்டர் பாப்கார்னும் ஐந்து குட்டி சமோசாக்களும்.*

*படம் எப்படி இருந்தது? நன்றாக இருந்தது.*

*நல்ல கூட்டமா? ஹவுஸ்புல்.*

*யாரெல்லாம் உன்னோடு வந்தது?*

இந்த இடத்தில்தான் வாமனுக்கு யாக்கர் பந்து வீசப்படுகிறது. இதுவே முதல் பந்தாகவும் இருக்கலாம். யாக்கரைத் தோண்டி எடுத்து விளாச அவன் சவுரவ் கங்குலியாக மாற வேண்டும். யாரோடு சென்றிருந்தான் என்ற கேள்விக்கு ஒரு போலியான பதிலை சித்திரிக்க முயற்சித்தான்.

பொய் சொல்வது எப்படி என்பதைப் பயில இணையவெளியில் குப்புற விழுந்தான். ஒரு பொய் உருவாவதற்கு முன்மூளை நுண்மூளை நடுவண்மூளை என்று மும்மூளையும் இயங்க வேண்டும் என்ற தகவல் அவனை லூடோ கிங் விளையாட்டின் வெட்டப்பட்ட காயைப் போல் மீண்டும் கட்டத்திற்கு அனுப்பியது. உலகில் ஐந்து சதவிகிதத்தினர் மட்டுமே பொதுநலத்திற்காக பொய் சொல்கிறார்கள் என்றும் தொண்ணூற்று ஐந்து சதவிகிதத்தினர் சுயநலத்திற்காக பொய்யுரைப்பதாகவும் அறிந்தவன் தான்

தனியாள் இல்லை என்று நிம்மதி கொண்டான். திருக்குறளின் வாய்மை அதிகாரத்தின் சாலமன் பாப்பையாவின் உரையைப் படித்தபோது "சூதானமா இருங்க தம்பி" என்று அவர் குரலிலேயே அவனுக்கு எச்சரிக்கை கேட்டது. பொய் சொல்லும்போது ரத்த அழுத்தம் பெருகிக் கூடுதல் பிராணவாயு தேவைப்படுவதால் பிராணவாயு குழாயை மாட்டிக்கொண்டு பொய் சொல்வது நல்ல யோசனையாக அவனுக்கு தோன்றியது. அதனால்தான் போர்களும் கொள்ளை நோய்களும் அதிகப் பொய்களைச் சொல்ல வசதியான காலநிகழ்வுகள் என்பதைப் புரிந்துகொண்டான்.

பொய் பேசும்போது இருகை விரல்கள் பின்னிக் கிடக்காமல் சுதந்திரமாக இருத்தல் அவசியம். ஒரு பொய்யை உருவாக்கும் போது அது உண்மையில் இருந்து பல மைல் தூரம் இருந்துவிடக்கூடாது. உண்மைக்கு பக்கத்தில் இருக்கும்போதுதான் பொய் பாதுகாப்பாக இருக்கிறது. சுருக்கமான பொய்கள் நீண்ட நாள் உழைக்கும். விரிவான பொய்கள் விரைவில் உடையும். ஆதலால் யாரெல்லாம் உன்னோடு வந்தது என்ற கேள்விக்கு பரசுராமன் என்பதே சிறந்த பதில்.

பரசுராமன் வாமனின் நெருங்கிய நண்பன். கடந்தமுறை அவன் தன் வீட்டிற்கு வந்தபோது 96 படம் பார்க்கவேண்டும் என்று திலகசாந்தியின் காதில் விழும்படி பேசியிருக்கிறான். பரசுராமனும் வாமனும் ஏற்கனவே 'கவண்' திரைப்படத்திற்கு ஒன்றாக சென்று வந்தவர்கள். 96 படத்திற்கு வாமனும் மாலினியும் சென்ற அதே தேதியில் ஒரு திரையரங்கம் சென்று மூன்று மணி நேரம் படம் பார்த்துவிட்டு திரும்பக் கூடிய திண்மையான உடல் நிலையில்தான் பரசுராமன் இருந்தான். வெளியூர் போகாமல் சென்னையில் இருந்தான். அவன்தான் அந்த முதல் பொய்.

ஒவ்வொரு படியிலும் இரண்டு பாதங்களையும் பதித்து நெடுந்தொடர் நாயகி போல் அதிமெதுவாக இறங்கி வந்தான் வாமன். வாரப் பத்திரிகைகளைப் புரட்டிக்கொண்டிருந்த திலகசாந்தி "நீ சாப்பிடு நான் வரேன்" என்று சினிமா செய்திகளில் மூழ்கினாள். உணவு மேசையில் சப்பாத்தியும் மிளகுக்கோழியும் வாமனை வா வா என அழைத்தன. முதல் சப்பாத்தியைப் பிய்க்கத் தொடங்கியவன் எந்த நேரத்திலும் விசாரணை தொடங்கலாம் என்பதால் பரசுராமனை மனதிற்குள் வணங்கிக்கொண்டிருந்தான். சூழ்நிலையின் காரத்தை மிளகுக்கோழி இரட்டிப்பாக்கியது.

வாமனின் கடைசி சப்பாத்தியும் திலகசாந்தியின் முதல்

சப்பாத்தியும் தட்டளவில் சந்தித்தன. அவள் பச்சை நிற புடவை அணிந்திருந்தாள். தான் சொல்வது பொய் என்று அவள் கண்டுபிடித்துவிட்டால் “என் புடவைய விட பச்சையா இருக்குடா உன் பொய்” என்று அவள் திட்டுவதற்கு அது பொருத்தமாக இருக்கும். எதிர்மறையாகவே யோசிக்காதே வாமன் என்று அவனுக்குள் இருந்த பரசுராமன் பேசினான்.

திலகசாந்தி பாத்திரங்களைக் கழுவும்போது வாமன் சமையலறைக்குச் சென்று உப்பு டப்பாவைத் திறந்து ஒரு தூள் எடுத்து தண்ணீரில் ஊற்றிக் குடித்தான். அவளோடு உரையாடலைத் தொடங்குவதற்கு அவனுக்கு இத்தகைய அபத்தமான நடவடிக்கைகள் தேவைபட்டன. அவள் அலுவலகச் சோர்வு இன்னும் நீங்கவில்லை என்று புரிந்துகொண்டான்.

எப்பொழுதும் தனி அறையில் உறங்கும் வாமன் அன்று திலகசாந்தி அறையில் உறங்க விரும்பினான். தன்னோடு உறங்க வரும் பிள்ளையை ‘ஏன் வந்தாய்’ என்று எந்தத் தாயும் கேட்பதில்லை. அதற்கு உடனடியாக இன்னொரு பொய்யைத் தயாரிக்கும் நிலையில் அந்தப் பிள்ளையும் இல்லை.

உறக்கம் வராத திலகசாந்தி தன் செல்பேசியில் கைவினைப் பொருட்கள் செய்யும் காணொளியைப் பார்த்துக்கொண்டிருந்தாள். அதை மெல்ல எட்டிப் பார்த்த வாமனுக்கு அந்தக் காணொளியில் செயல்முறை விளக்கத்தோடு ஒரு பெண் மணிமணியாக அணிகலனை வடிவமைப்பது ஒரு மினுமினுப்பான பொய்யை வடிவமைப்பது போலவே தெரிந்தது. முதல் பொய் என்பது ஒரு விண்கலத்தை விட அதிக எரிசக்தி கொண்டது என்பதைப் புரிந்துகொண்டான். மீண்டும் பசித்தது. இதயம் வீங்கி குரல்வளை வெடிப்பது போல் இருந்தது. பொறுமை இழந்தான்.

*அம்மா*

*என்னடா?*

*ஏன் பேச மாட்டறீங்க?*

*ரொம்ப வேலடா. களைப்பா இருக்கு. நீ தூங்கு.*

*என்ன எதுவுமே கேக்கலையே*

*என்ன கேக்கணும்?*

*இன்னிக்கு என்ன நடந்துச்சு ஏது நடந்துச்சு.*

*ஆங்.. இன்னிக்கு படத்துக்கு போனல?*

ஆமா

என்ன படம்?

96

எப்படி இருந்துச்சு?

நல்லா இருந்துச்சு.

எதாவுது சாப்ட்டியா?

பாப்கார்ன். குட்டி சமோசா.

சரி தூங்கு.

அவ்வளவுதானா?

வேற என்ன?

பரசுராமன பத்தி எதுவும் கேக்க மாட்டீங்களா?

அவனுக்கு என்னாச்சு?

ஒண்ணும் ஆகல.

தலவலிக்குதுடா ராஜா. தூங்கு.

அவன் உடலையும் பொய்யையும் முழுக்க போர்த்தித் தூங்கிவிட்டான்.

திலகசாந்தி கண்மூடி தனக்குள் சிரித்துக்கொண்டாள். அந்தச் சிரிப்பில் ஒரு நாணம் இருந்தது. பொய்யின் வாசனை தெரிந்தவளுக்கு பெண்ணின் வாசனையா தெரியாது.

## யாழ்மதி

பறந்து விரிந்த சுதந்திரம் போல் யாழ்மதியைச் சூழ்ந்திருக்கிறது டெல்லி பல்கலைக்கழகம். மறுகட்டுமானத்திற்காக நீண்ட நாட்களாகப் பூட்டப்பட்டிருந்த பழைய நூலகத்தில் கடைசியாய் வந்துபோனவர்களின் மௌனம் தூசுப்படலமாய் திரிந்திருந்தது. மாணவர் விடுதி வழியாக அவள் நூலகத்திற்கு வந்தபோது 'இரவு முழுவதும் இங்குதான் கழியப்போகிறது' என்ற முன்முடிவு அவள் கதவடைத்த நிதானத்தில் வெளிப்பட்டது. தன் செல்பேசியில் இருக்கும் நூற்றுக்கும் மேற்பட்ட வாசகங்களையும் சித்திரங்களையும் அதிகாலைக்குள் அவள் பதாகைப்படுத்த வேண்டும். நாளை நிகழப்போகும் "மதங்களைக் கடந்த மனிதம்" என்ற வீதி நாடகத்திற்கு யாழ் வரையப்போகும் வண்ணங்களே ஆரம்.

தன் தளர்ச்சியை மீறி அன்பு செய்யும் மூதாட்டியைப் போல் நூலகத்தின் பழைய காத்தாடி சுற்றிக்கொண்டிருந்தது. செயலுக்கு வரத் துடிக்கும் தத்துவமாய் தத்தளித்துக்கொண்டிருந்தது ஒற்றை விளக்கு. அந்தச் சிற்றொளி யாழ்மதியின் மூக்குத்தியில் சிந்திச் சிதறியது. தன் தோளில் மாட்டியிருந்த கனரக காகிதங்களை நூலகத்தின் மையக் கூடம் முழுக்கப் பரப்பினாள். அவள் நீண்ட கூந்தலை அள்ளி முடித்து முண்டாசு கொண்டையிட்டு அமர்ந்தாள். தன் பையில் இருந்த விளக்குப் பட்டையை எடுத்து தலையில் மாட்டிக்கொண்டாள். அது தூரத்து சிலந்திகளின் தூக்கம் கலைக்க வல்ல வெளிச்சத்தைத் தந்தது. அரைக்கால் சட்டை அணிந்திருந்த அவள் முழங்காலில் சில எறும்புகள் ஏற முயற்சித்தபோது அவற்றை மெல்லச் சுண்டிவிட்டாள்.

‘உங்கள் மதத்திடம் கொடுத்த மனதை நான் திருப்பி வாங்கியபோது அதில் மிருகத்தின் மீசை’. பல்வேறு வகுப்புகளைச் சேர்ந்த மாணவர்கள் அனுப்பியிருந்த வாசகங்களில் யாழ்மதி முதலில் தேர்ந்தெடுத்தது இதைத்தான். கருத்தை உள்வாங்கிக்கொண்டு நூலகத்தின் இருட்டில் இருந்து வெளிச்சத்திற்கும் வெளிச்சத்தில் இருந்து இருட்டிற்கும் நடந்து மனதிற்குள் அதைச் சித்திரப்படுத்தினாள். ‘பகுத்தறிவு என்பது ஆன்மிகத்துக்கு மட்டுமே எதிரானது என்று பொதுப்புத்தியை இவர்கள் பராமரிக்கும் வரை அது ஆதிக்கத்திற்கு எதிரானதாக மாறாது’ என்ற மூன்றாமாண்டு மாணவன் ஒருவனின் வாசகத்தை ஒரு கார்டூனாக உருவப்படுத்த முயற்சித்தாள். வாசகங்களையும் கருத்துகளையும் ஒன்றன்பின் ஒன்றாக மனதில் தெளிந்து காகிதத்தில் தெளித்தாள். பின்னிரவுக்குள் நூற்றுக்கணக்காக பதாகைகள் தயார். அதுவரை பரிதாபத்திற்குரிய நூலகமாக காட்சியளித்த அந்த இடம் மெல்ல மெல்ல ஒரு கலைக்கூடமாக பரிணமித்தது. அவளுக்கு அது காகிதங்களால் ஆன ஆயுதக் கிடங்கு.

நடிப்புக் கலைஞர்கள் அணிவதற்கு தலைவர்களின் முகங்களை உருவாக்க வேண்டியிருந்தது. கணினி வழியாக படங்களை அச்செடுத்துக் கத்தரித்து முகங்களைச் செய்வதில் அவளுக்கு விருப்பமில்லை. அவற்றையும் தானே வரைய விரும்பினாள். புகழ்பெற்ற தலைவர்களை வரையும்போதோ அல்லது அவர்களுக்கு சிலை வைக்கும்போதோ அவர்களின் மீதிருக்கும் அதீத மதிப்பினால் அந்த உருவங்கள் புராண தெய்வங்களின் சாயலுக்குத் தடம் புரள்வதாக யாழ்மதி நம்புகிறாள். தலைவர்களை மனிதர்களாக சித்திரிக்கவே அவள் விரும்பினாள்.

பின்னிரவு நெருங்கும்போது அறை எங்கும் பல முகங்களும் அவள் முகம் எங்கும் வியர்வைத் துளிகளும் பூத்திருந்தன. அணிவதற்கு ஏற்றவாறு முகங்களின் ஓரங்களில் துளையிட்டு ரப்பர் திரிகள் கட்டினாள். எல்லாருக்கும் பரிச்சயமான அந்த முகங்களுக்கு இடையே அவளுக்கு மட்டுமே நெருக்கமான ஒரு முகம் இருந்தது. அதை தன் பையில் திணித்தாள். தான் எழுதிய முந்நூறுக்கும் மேற்பட்ட வாசக அட்டைகளையும் படங்களையும் அந்த நூலகத்தின் மையக் கூடம் எங்கும் பரப்பிவைத்தாள். அவைகட்கு இன்னும் சில வண்ணங்களால் முழுமை கொடுக்கத் தோன்றியது. சில பிழைகளையும் திருத்த வேண்டியிருந்தது. அதற்கு முன் கொஞ்சம் இளைப்பாற எண்ணி தன் கால்சட்டை பையில் இருந்த சாக்லெட்டை எடுத்துக்கொண்டு ஜன்னல் ஓரமாக அமர்ந்தாள்.

ஏனோ நூலகத்திற்கு வெளியே சிறு தூரத்தில் அமைந்திருந்த கணினித் துறை கட்டடம் பரபரப்பாக காணப்பட்டது. மாணவர்கள் சிலர் அங்கும் இங்கும் ஓடிக்கொண்டிருந்தனர். பிரிக்க நினைத்த சாக்லெட்டை மீண்டும் கால்சட்டையில் புதைத்தாள். ஜன்னலைத் திறக்க முயற்சி செய்தாள். அது துருப்பிடித்து இறுகியிருந்தது. படபடவென எழுந்து நூலகத்தின் கதவைத் திறந்துகொண்டு வெளியே வந்தாள்.

வளாகத்தின் விளக்குகள் அணைக்கப்பட்டிருந்தன. முகமூடி அணிந்த சிலர் கையில் நீண்ட கத்திகளோடும் சுத்தியலோடும் காணப்பட்டனர். அவர்கள் கண்ணாடி ஜன்னல்களையும் கதவுகளையும் உடைத்தனர். மாணவர்கள் பலர் அலறியடித்து திசை தெரியாமல் ஓடிக்கொண்டிருந்தனர். அகப்பட்ட ஓரிரு மாணவர்களைத் தரையில் தள்ளி மிதித்து உயிர் போகாதவாறு கத்தியால் காயப்படுத்தினர் முகமூடி குண்டர்கள்.

யாழ்மதி காவல்துறை அவசர எண்ணுக்கு அழைக்க செல்பேசியை எடுப்பதற்குள் வாசலில் காவல்துறை படை கலவர கட்டுப்பாட்டு உடையோடு வரிசையாக நின்றனர். ஆனால் அவர்கள் யாரும் உள்ளே வரவில்லை. கலவரம் கட்டுப்படாமல் பார்த்துக் கொள்வதே அவர்களின் தலையாயக் கடமையாக இருந்தது. வெளியே ஓட முயற்சித்த மாணவர்களைத் தங்கள் லத்திகளைக் கொண்டு ஒடுக்கி மீண்டும் உள்ளே தள்ளி கதவடைத்தார்கள்.

இந்தப் பதற்ற சூழலில் யாழ்மதியின் செல்பேசிக்கு மாணவர் சங்கத்தின் செயலாளர் 'யாரும் அறையை விட்டு வெளியே வர வேண்டாம்' என்று தகவல் அனுப்பியிருக்கிறான்.

யாழ்மதி தன் விடுதி அறைக்குச் செல்ல வேண்டுமெனில் கத்திகளையும் சுத்தியலையும் தாண்டித்தான் செல்ல வேண்டும். வேறு குறுக்கு வழியில்லை. மீண்டும் நூலகத்திற்குள் நுழைந்து கதவுகளை அடைத்து தாழிட்டாள். அந்த முகமூடிகள் உள்ளே வந்தால் ஒரு ராத்திரி முழுக்க தான் எழுதிய அத்தனை பதாகைகளையும் கொளுத்திவிடுவார்கள். வீதி நாடகம் நடத்த நாளை வீதி இருக்குமா தெரியாது. மாணவர்கள் எத்தனை பேர் இந்த ரத்தவெறி தாக்குதலைத் தாண்டி பிழைத்திருப்பர் தெரியாது. குறைந்தபட்சம் இந்த பதாகைகளைக் காப்பாற்ற வேண்டுமென நினைத்தாள். தரையில் கிடந்த எந்தவொரு சித்தாந்தமும் தற்போது அவளைப் பாதுகாக்க உதவாது. அவள்தான் அவற்றைப் பாதுகாக்க வேண்டும்.

ஒடுங்கி எரிந்த ஒற்றை விளக்கையும் அணைத்துவிட்டாள். காத்தாடியின் அசைவு அவளைக் காட்டிக் கொடுத்துவிடும் என அதையும் நிறுத்தினாள்.

தான் வரைவதற்கு வைத்திருந்த ஒரு நெடுங்காகிதம் எடுத்து அதை ஜன்னலுக்குத் திரையாக்கினாள். எது செய்தும் வெளியே நிகழும் கலவரத்தின் எதிரொலி அந்த அறைக்குள் கொந்தளிப்பதை அவளால் தடுக்க முடியவில்லை. திரைவிலக்கி அவள் பார்த்தபோது பல மாணவர்கள் ரத்தக் காயங்களோடு அந்த வளாகத்தில் சாய்ந்திருந்தனர். அவர்களில் பெரும்பாலானவர்கள் பல்கலைக்கழகத்தின் மைய அரங்கில் அன்று இரவு முழுவதும் நாடகத்திற்கு ஒத்திகை பார்த்துக்கொண்டிருந்தவர்கள்.

அந்த அரங்கத்தின் வாசல் வளைவு தீப்பிடித்து எரிந்தது. யாழ்மதி தன்னை அறியாமல் அழத் தொடங்கினாள்.

நூலகத்தின் கதவுக்கு வெளியே தடதடவென காலடிச் சத்தம் கேட்டது. யாழ்மதி தன் இரண்டு கைகளைக் குவித்து வாயைப் பொத்தி கொண்டாள். அவள் அழுகை உறைந்தது. மெல்ல பின்னோக்கி நடந்தாள். நூலகத்தின் உயர்ந்த புத்தக அடுக்கின் பின்னால் மறைந்தாள். அவள் கண்கள் கதவு இடுக்கை வேவு பார்த்தன. அங்கே இரவின் ரத்தத்தைப் போல் சில நிழல்கள் கொப்பளித்துக்கொண்டிருந்தன. எந்த நேரமும் அவர்கள் கதவை உடைத்துக்கொண்டு உள்ளே வரலாம்.

மெல்ல நடந்துசென்று தூரத்தில் இருந்த ஒரு மேசை விளக்கை கையில் எடுத்துகொண்டாள். அதை எவ்வாறு பயன்படுத்தினால் எதிராளிக்கு அதிகப் பின்னடைவை ஏற்படுத்த முடியும் என்று மணிக்கட்டு உருட்டி பயிற்சியில் ஈடுபட்டாள்.

கதவு தட்டும் சத்தம் கேட்டது. உள்ளே இருப்பது யாராக இருந்தாலும் உயிர் பிழைக்க முடியாது என்ற உறுதியை அந்த முரட்டுசத்தம் சொன்னது. காயம் கற்பழிப்பு கொலை எதுவும் தனக்கு நேரலாம் என்று மூச்சடைத்து போனாள் யாழ்மதி. கையில் இருந்த விளக்குப் பிடியின் கூர்மையான பாகம் குத்தி அவள் உள்ளங்கையில் ரத்தம் வழியத் தொடங்கியது. தட்டப்பட்ட கதவு உடைக்கப்படுகிறது. அது பழைய மரக்கதவு என்பதால் இன்னும் எத்தனை நொடிகள் தாக்குபிடிக்கும் என்று தெரியாது. கதவின் முதல் துகள் உடைந்து தரையில் விழுந்தபோது யாழ்மதி பின்னோக்கிச் சென்று சுவரில் சாய்ந்துகொண்டாள். கதவு ஒரு வெறிநாயின் ஓசையோடு தொடர்ந்து உடைபடுகிறது. அந்த அதிர்வு

பெருகப் பெருக தான் மெல்ல மெல்ல உயிரற்று போவதாகவும் அந்த நூலகத்தின் அனைத்து நூல்களும் அறிவற்று போவதாகவும் அவள் உணர்ந்தாள்.

கதவு உடைந்து திறந்தது. வெளியே பற்றி எரிந்துகொண்டிருந்த தீயின் ஒளி தரையைக் கீறிப் பாய்ந்தது. முகமூடி கண்கள் வாசலில் நின்றவாறு உள்ளே ஊடுருவின. யாழ்மதியின் வியர்வையை அந்த கண்களால் நுகர முடிந்தது. எத்தனை பேர் உள்ளே நுழையப் போகிறார்கள்? ஒருவர்தான் என்றால் யாழ்மதி தயார். இருவர் என்றால் சமாளிக்கலாம். இருவருக்கும் மேல் என்றால் தப்பிக்க முயல வேண்டும். எத்தனை பேர் வந்தாலும் மண்டியிடக் கூடாது. அதுதான் அவள் இதயத்தின் இறுதி முடிவு.

கதவை உடைத்த வேகத்தில் ஆட்கள் உள்ளே வரவில்லை. எதிர்பாராத ஒரு அமைதி நிலவுவது ஏன்? அவர்களில் ஒருவர்க்கு காயம் நேர்ந்துவிட்டதா? வெளியே நின்ற காவல்துறை மனம் மாறி கடமையைச் செய்யத் தொடங்கிவிட்டார்களா? அல்லது தாக்க வந்தவர்கள் இங்கே யாரும் இல்லை என்று நினைத்து நகர்ந்து விட்டார்களா? கதவு உடைபட்ட சத்தத்தை விட அமைதி அவளை நடுங்கச் செய்தது. மரணம் நிகழ்வதற்கு முன்பே மயானத்தில் விழுந்ததைப் போல் மிரட்சி கொண்டாள். இதுதான் தருணம். ஓடிச்சென்று உடைந்த கதவை நிமிர்த்தி பக்கத்து மேசைகளை இழுத்துப்போட்டு வாசலை அடைக்க ஒரு சந்தர்ப்பம். தூரத்தில் கேட்கும் அலறல் ஓசைகளை அலட்சியப்படுத்தி அவள் நகர்ந்தாள். காலணிகளைக் கழற்றிவிட்டு எவர் வந்தாலும் தாக்கும் கோணத்தில் விளக்கின் தண்டைப் பிடித்துக்கொண்டு கதவை நோக்கி நடந்தாள்.

கதவை அந்த கலவர கத்திகள் கிழித்திருந்தன. தாழிடப் பார்த்தாள். தாழ் முழுதும் பிளந்திருந்தது. சரிந்திருந்த கதவை நிமிர்த்தினாள். இல்லாத பலத்தை வரவழைத்துக்கொண்டு வரவேற்பறை மேசையைக் கதவுக்கு பின்னால் தள்ளினாள். இப்போது அந்தக் கதவைத் தாண்டி வர அவர்களுக்கு அதிக வலிமை தேவைப்படும். விளக்கைத் தரையில் வைத்துவிட்டு தான் வரைந்த பதாகைகளை மொத்தமாக அடுக்கி அவற்றை ஒளித்துவைக்க இடம் தேடினாள். மீண்டும் பெருஞ்சத்தம். இது கடந்துபோகும் சத்தம் இல்லை. அவள் நினைத்தது போலவே அதே கதவைப் பாகம் பாகமாக உடைத்து வரவேற்பறை மேசையை உதைத்துத் தள்ளி ஒரு முகமூடி கூட்டம் உள்ளே நுழைந்தது. மொத்தம் ஐந்து பேர். அதில் இருவர் பெண்கள். எல்லார் கையிலும் நீண்ட கத்திகள்.

யாழ்மதி தன் கையில் வைத்திருந்த படங்களைத் தவற விட்டாள்.

அவை அந்த முகமூடிகள் படிப்பதற்கு லகுவாக பரவி விரிந்தன. வாசலில் வீசிய புதிய காற்றில் யாழ்மதி வரைந்திருந்த புத்தர் காந்தி முகங்கள் புரண்டு திறந்தன. அதைப் பார்த்து அந்தக் கூட்டம் சிரித்தது. ஒருவன் தன் கத்தியைத் தரையில் தேய்த்துக்கொண்டே யாழ்மதியை நெருங்கினான். அவள் அவனைத் தாக்க கை ஓங்கினாள். அவள் கையை இறுகப் பிடித்து அவளின் பிறப்புறுப்பு பகுதியில் அவன் கத்தியை நீட்டினான். அப்போது அந்த அறைக்குள் அவசர அவசரமாக ஓடிவந்தான் ஆறாவது முகமூடி. அவன் கையில் மண்ணெண்ணெய் குவளையும் தீப்பந்தமும் இருந்தது. யாழ்மதியின் இடுப்புக்குக் கீழ் கத்தியைக் கண்டவன் ஓடிச்சென்று அந்த கத்தியை எட்டி உதைத்தான். மற்றவர்களை எச்சரிக்கும் விதமாக சுட்டுவிரலை உயர்த்தினான். தன் மண்ணெண்ணெய்க் குவளையை இன்னொரு முகமூடியிடம் விசிறினான். அவன் அதை வாங்கி யாழ்மதி வரைந்த நூற்றுக்கணக்கான படங்களில் ஊற்றினான். எல்லா பதாகைகளும் கொளுத்தப்பட்டன. அந்த அறை எல்லா திசைகளிலும் பெருந்தீயினால் சூழப்பட்டது. ஐந்து முகமூடிகள் வெளியேறினார்கள். கத்தியை உதைத்தவன் மட்டும் யாழ்மதிக்கு அருகில் வந்து தன் முகமூடியைக் கழற்றினான். அந்த இரவில் அதுவரை நடந்ததெல்லாம் இந்த பேரதிர்ச்சிக்கான பீடிகைதான் என்று யாழ்மதிக்கு புரிந்தது. எது நேர்ந்தினும் உயிர் பிழைக்க நினைத்தவள் அந்த முகமூடி கழன்றதும் பிணமாகினாள்.

'நீ இங்கு இருந்திருக்கக் கூடாது' என்ற வாசகத்தை தன் கண்களில் பேசிவிட்டு அந்த ஆறாவது முகம் வெளியேறியது. முதல் முறை கதவுடைக்கப்பட்டபோது உள்ளே யாழ்மதி இருப்பதைக் கண்ட அவன் தன் கூட்டத்தை வேறு திசைக்குச் செலுத்தியிருக்கிறான். இரண்டாவது முறை அவனைக் கேளாமலே அவன் கூட்டம் கதவை உடைத்து நூலகத்திற்குள் புகுந்திருக்கிறார்கள். அவன் ஓடிவந்து காப்பாற்றியிருக்கிறான். அந்த உயிர் பிச்சை யாழ்மதியை உயிரோடு கொன்றது.

அந்த நூலகமே நெறிகெட்ட நெருப்பருவியாய் எரிந்து கொண்டிருந்தும் யாழ்மதி நகரவில்லை. ஒரு தீப்பிழம்பு அவளைக் கிட்டதட்ட சுட்டது கூட அவள் புலன்களில் புகவில்லை. தான் வரைந்து தன் பையில் புதைத்த அந்த முகத்தை வெளியே எடுத்தாள். அந்த முகம் சற்று முன் அவள் கண்ட அந்த ஆறாவது முகம். ஜன்னலோரமாய் சாய்ந்தாள். அவள் கண்களில் நிகழ்காலம் இல்லை.

இருவரும் சேர்ந்து எத்தனையோ சாலைகளில் காதலித்திருந்த போதும் இதுதான் அவன் பாதை என்று ஒருநாளும் சொல்லவில்லை. ஆயிரம் முத்தங்களில் ஒரு முத்தத்தில் கூட வன்முறை இல்லை. அவன் கையில் எப்படி அறமற்ற கத்தி என்ற கேள்விக்கு அவள் கடந்தகால அத்தியாயங்களில் விடையில்லை. தன் அறியாமை தந்த அவமானம் அவளை நிர்மூலமாக்கியது.

எத்தனை காதலோடு அந்த முகத்தை வரைந்தாளோ அத்தனை காதலையும் அந்த காகிதத்தில் இருந்து பெயர்த்தெடுக்கும் வண்ணம் அதை உற்று நோக்கினாள். அவள் விரல்கள் அந்த முகத்தைத் துண்டு துண்டாகக் கிழித்துத் தரையில் வீசிக்கொண்டிருந்தன. கருகிய பதாகைகளைத் தன் காலால் தள்ளி அப்புறப்படுத்தி, கொழுந்து விட்டு உயர எரியும் தீச்சுழல்களுக்கு இடையே புதிய காகிதங்களைத் திறந்து தன் ஓவியப் பணிகளை மீண்டும் தொடங்கினாள்.

## அறிவுடைநம்பி

என் தந்தை அறிவுடைநம்பி என் பிறந்தநாள் பரிசுக்குக் கொடுத்த விலை ஐம்பது டிங்.

நான் நீண்ட நாட்களாக விரும்பி கேட்ட அந்தப் பொருளை வாங்க அவர் அசாதாரணமாக உழைக்க வேண்டியிருந்தது. இந்திய மதிப்பில் ஒரு 'டிங்' எத்தனை ரூபாய் என்று விளக்குவதற்கு முன் வேறு சில விவரங்களை நீங்கள் தெரிந்துகொள்ள வேண்டும்.

நான் பிறந்து மூன்று வயது வரை எனக்கு பேச்சு வரவில்லை. பெற்றோர்கள் தொடர்ந்து குழந்தையிடம் பேசினால்தான் குழந்தையும் பேசத் தொடங்குவான் என்று மருத்துவர் அறிவுறுத்தியபோது என் தாயும் தந்தையும் ஒருவரையொருவர் பார்த்துக் கொண்டனர். அந்த பார்வைக்கு என்ன அர்த்தம் என்று எந்த மருத்துவராலும் கண்டுபிடித்திருக்க முடியாது. அதில் அத்தனை குழப்பம் இருக்கிறது.

'நம் குழந்தையிடம் எக்காரணத்தைக் கொண்டும் நீங்கள் பேசக் கூடாது. கொஞ்ச நினைத்தால் கூட மௌனமாகக் கொஞ்சுங்கள். குழந்தையின் முன் நாம் இருவரும் பேச வேண்டிய சூழலில் நான் மட்டும் பேசுகிறேன். நீங்கள் சைகையில் பதில் சொன்னால் போதும். குறைந்தபட்சம் அவனுடைய ஐந்து வயது வரை நீங்கள் இந்த விதிகளை உறுதியாகப் பின்பற்ற வேண்டும்'. நான் பிறந்தபோது என் தாய் நீலாம்பிகை என் தந்தைக்கு இட்ட கட்டளைகள் இவை. அந்த நொடிப்பொழுதில் என் தந்தையின் மீது இடி ஏதும் விழவில்லை. அவர் காதுகளில் வயலின் இசை கேட்கவில்லை. நாற்காலியில் உட்கார நினைத்து

தொப்பென தரையில் விழவில்லை. காய்கறி வாங்கிவரச் சொன்னால் எத்தகைய முகபாவத்தோடு கூடையை ஏற்றுக்கொள்வாரோ அதே பாவத்தோடுதான் இந்தக் கட்டளைகளையும் ஏற்றுக்கொண்டார்.

கார்டூன் படங்களுக்கு பின்னணிக் குரல் கொடுப்பது சுலபம் அல்ல. அதுவும் நம் ஊரில் பெரும்பாலான கார்டூன்கள் மொழிமாற்றுப் படங்கள்தான். ஆங்கில, ஜப்பானிய, கொரிய மொழிகளைப் புரிந்துகொண்டு தமிழ் பார்வையாளர்களுக்கு ஏற்ப தமிழாக்கம் செய்து பேசுவதற்கு சாமர்த்தியம் வேண்டும். சின்னத்திரையில் ஒப்பனையாளராக இருந்த என் தந்தை படப்பிடிப்புத்தளத்தில் தன் சக ஊழியர்களிடம் பலகுரலில் பேசுவார். நாகேஷ், எம்.ஆர்.ராதா, மன்சூர் அலிகான், சிம்பு என பல நடிகர்களை தன் குரலில் கொண்டு வந்து நிறுத்துவார். இவரின் இந்தத் திறனை வியந்த ஒரு தொலைக்காட்சி தயாரிப்பாளர் தங்கள் "கரடிக்குக் கல்யாணம்" என்ற கார்டூன் தொடரில் குட்டிக் கரடிக்கு பின்னணிக் குரல் கொடுக்க அழைத்தார். அப்பொழுது காட்டுக்குள் போனவர்தான். இதுவரை திரும்பவில்லை.

குட்டிக் கரடி பிரபலமாகவே என் தந்தைக்கு பல மொழிமாற்று கார்டூன் தொடர்களில் பின்னணிக் குரல் வாய்ப்புகள் தேடி வந்தன. கரடி, பூனை, நரி, யானை என்று எல்லா விலங்குகளுக்கும் குரல் கொடுக்கத் தொடங்கினார். "ஏ அந்த குள்ள நரி கிட்ட சொல்லி வை ஒரே மிதில அது மைதா மாவாயிரும்" என்று பப்பி யானைக்கு இவர் பேசிய வரி சமூகவலைத்தளங்களில் செம வைரல். நம் கண் முன்னே ஒருவர் மாடியில் இருந்து கீழே விழுந்தால் அது விபத்து அல்லது தற்கொலை. அதுவே கார்டூன் படத்தில் ஒருவர் மாடியில் இருந்து கீழே விழுந்தால் அது நகைச்சுவை. கீழே விழுந்தவரின் முகத்தில் சிவப்பு பலூன் பூத்திருப்பதைப் போல் சித்திரித்து காயத்தை நகைச்சுவையாக மாற்றும் கார்டூன் இயற்பியல் அவருக்குப் பிடித்திருந்தது.

விலங்குகளைத் தாண்டி மெல்ல மெல்ல கார்டூன்களின் கதாநாயக பாத்திரங்களுக்கு குரல் கொடுக்க முயற்சித்தார். மோட்டு பட்லு, சின் சேன், டோரிமான் என்று நட்சத்திர கதாபாத்திரங்களுக்குக் குரலாக விரும்பினார். அது அவரது சமூக மதிப்பையும் ஊதியத்தையும் உயர்த்தும் என நம்பினார். அதற்கான குரல் தேர்வுகளில் அவருக்கு வெற்றி கிட்டவில்லை. தொடர்ந்து விலங்குகளுக்குக் குரல் கொடுப்பதும் போதிய வருமானம் இல்லாததும் அவருக்கு மனச்சோர்வைத் தந்தது. அம்மாவின் வங்கி ஊழியர் பணி குடும்பத்தின் அடிப்படை

செலவுகளைச் சமாளித்தது என்றாலும் தன்னுடைய வருமானம் குடும்பத்தின் தலையாயத் தொகையாக இல்லை என்று என் தந்தை வருந்தினார். அவருக்கு வந்த அனைத்து வாய்ப்புகளையும் அவர் ஏற்றுக்கொண்டார். பகல் இரவு பாராமல் ஒலிப்பதிவுக் கூடத்தில் விலங்குகளோடு விலங்குகளாக வசிக்கத் தொடங்கினார். "பூன நானு புஷ்ப வண்டி ஏறித்தானே வாரேன்" என்று கனவில் கூட பாடுவார்.

இடைவிடாத பணி அவர் வாழ்க்கையை மாற்றும் என்று நினைத்தார். ஆனால் யாரும் எதிர்பாராதவிதமாக அவர் குரல் மாறியது. அம்மாதான் முதன் முதலில் அதை கண்டறிந்தார். இருவரும் உணவகத்திற்கு சென்று தோசை சொல்லி நீண்ட நேரம் வராதபோது அப்பாவுக்கு பெருங்கோபம். ஊழியரை அழைத்து அவர் திட்டியபோது அந்த உணவகத்தில் இருந்த எல்லாரும் திரும்பிப் பார்க்கும் அளவிற்கு அவர் பேச்சொலி விசித்திரமாக இருந்தது. ஒரு கார்டூன் குரங்கின் நகைப்புக்குரிய கோபம் போல் அது எதிரொலித்தது. அங்கிருந்த குழந்தைகள் வாய்விட்டுச் சிரித்தனர். எதற்குமே கலங்காத என் தாய் அன்று அடிபிடித்த தோசை போல் கதி கலங்கினார்.

என் தந்தை தன் இயல்பான குரலை இழந்துவிட்டார். அதில் ஒரு குழந்தைமை கலந்துவிட்டது. அவர் ஒலிக்கூடு பாதிக்கப்பட்டிருப்பதாக மருத்துவர் தெரிவித்தார். சில மாதங்கள் ஓய்வில் இருந்தால் இயல்பு திரும்ப வாய்ப்பிருப்பதாகச் சொன்னார். எந்த ஓய்வும் என் தந்தையின் பழைய குரலை மீட்டெடுக்கவில்லை. இத்தகைய சூழலில்தான் நான் அழுகுரலோடு வெளிவந்தேன். எங்கே என் தந்தையின் பேச்சு என் பேச்சைத் தொடக்கத்திலேயே சிதைத்துவிடுமோ என அஞ்சி என்னோடு அவர் உரையாட வேண்டாம் என்று என் தாய் மன்றாடிக் கேட்டுக்கொண்டார். அவரும் அந்த எல்லையை பெரும்பாலும் மீறவில்லை. என் மழலைப் பருவத்தில் அவர் மௌன முத்தங்கள் இன்றும் நினைவில் ஈரமாக இருக்கின்றன.

எல்லா குழந்தைகளையும் போல் நானும் கார்டூன் பார்த்துதான் வளர்ந்தேன். சில படங்களில் சில மிருகங்கள் பேசும்போது இது தன்னுடைய குரல் என்று என் தந்தை சுட்டிக்காட்டுவார். நேரில் கேட்க முடியாத அவர் குரலை கார்டூன் பாத்திரங்கள் வழி கேட்டு ரசித்தேன். எனக்கு அவர் குரல் மிகவும் பிடித்திருந்தது. அவரை என்னோடு நிறைய பேசச்சொல்லி அடம் பிடித்தேன். தன் திரிந்த குரலில் அவர் மெல்ல மெல்ல என்னோடு பேசத் தொடங்கும் போதெல்லாம் அவரை அறியாமல் பாதியில் நிறுத்திக்கொள்வார்.

திரைத்துறையில் படத்தொகுப்பாளராக பணிபுரியும் அவர் நெருங்கிய நண்பர் சந்திரனோடு பேசும்போது மட்டும் அவருடைய பழைய குரலின் சில அதிர்வுகள் தேய்மானத்தோடு ஒலிக்கும். அதைச் செவிகொடுப்பதற்காகவே அவர் அறையின் வாசலில் நின்று ஒட்டுக் கேட்டிருக்கிறேன்.

இந்தப் பருவத்தில்தான் நிஞ்சா அறிமுகமானான். ஆயிரம் கார்டூன்கள் இருந்தாலும் என்னுடைய கனவு நாயகன் நிஞ்சா ஹட்டோரிதான். என்னை ஹட்டோரியின் தம்பி கெனிச்சியாக எண்ணிக் கொள்வேன். கெனிச்சியைப் போலவே தலைவாரிக் கொள்வேன். என் வகுப்பில் யுமிகோ போல் முடிவெட்டு கொண்ட பெண் ஒருத்தி கூட இல்லாதது வருத்தம்தான். நிஞ்சா ஹட்டோரிக்கு தவளைகள் என்றால் பயம் என்பதால் நானும் தவளைகளை விட்டு தள்ளியே இருக்க முடிவு செய்தேன். பாடப்புத்தகத்தில் வரும் தவளை பக்கங்களைக் கூட வேகமாகப் புரட்டிவிடுவேன். எனக்கு இருந்த ஒரே ஆசை என் தந்தை நிஞ்சா ஹட்டோரிக்கு தமிழில் குரல் கொடுக்க வேண்டும் என்பதுதான். அதை அவரிடம் நேரிடையாகவே சொல்லிவிட்டேன்.

நிஞ்சா ஹட்டோரி மொழிமாற்றத் தொடருக்கான தமிழ் குரல் தேர்வு அந்த ஆண்டு இறுதியில் திட்டமிடப்பட்டிருந்தது. என் தந்தை தன் தொழில் பின்னணியை முழு தகவல்களோடு மின்னஞ்சல் அனுப்பி விண்ணப்பித்திருந்தார். அன்று மாலையே தயாரிப்பு குழுவில் இருந்து அழைப்பு வந்தது. இன்னும் ஒரு வாரத்தில் குரல் தேர்வு நடக்கவிருப்பதாகவும் அந்தத் தேர்வு பட்டியலில் என் தந்தையின் பெயரையும் சேர்த்திருப்பதாகவும் மேலாளர் ஒருவர் பேசினார். தேர்வுக்கு வருகிறவர்கள் “டிங்டிங்டிங்” என்று தொடர்ச்சியாக ஐம்பது முறை டிங் சொல்ல வேண்டும். யார் அதை சுவாரசியமாக சொல்கிறார்களோ அவர்களே நிஞ்சா ஹட்டோரிக்கான இறுதிக்குரலாக தேர்வு செய்யப்படுவர் என்று விதிகளையும் விளக்கினார். தேர்வு நடக்கவிருந்த நாள் என்னுடைய பிறந்தநாள். அன்று தேர்வில் வென்று அந்தச் செய்தியை எனக்கு பிறந்தநாள் பரிசாக வழங்கவேண்டும் என்று என் தந்தை தீவிரப் பயிற்சியில் ஈடுபட்டார்.

அந்த ஒரு வாரம் முழுவதும் எங்கள் வீடெங்கும் ஒலித்த ஒரே ஓசை டிங். அப்பாவை உற்சாகப்படுத்துவதற்காக அம்மாவும் அவரோடு சேர்ந்து பயிற்சியில் ஈடுபட்டார். இரண்டு பேரும் சேர்ந்து டிங்டிங்டிங் என்று சொல்லச் சொல்ல வீட்டின் ஒவ்வொரு செங்கலும் டிங் என்று ஆடியது. அவர்களின் டிங்கோடு நானும்

சேர்ந்துகொண்டேன். முப்பது முறை தெளிவாக டிங் சொன்னவர் முப்பத்து ஓறாவது டிங்கில் தடுமாறத் தொடங்கினார். ஓரிரு நாட்கள் மூச்சுப் பயிற்சி எடுத்துவிட்டு பின் மீண்டும் பழகச்சொல்லி என் தாய் அறிவுரை வழங்கினார். நானும் அவருக்கு நரநரவென தண்ணீரில் பூஸ்ட் கலந்து கொடுத்தேன்.

இரண்டு நாட்களுக்குப் பிறகு தெளிவாக ஐம்பது முறை டிங் சொல்லிவிட்டார். ஆனால் அதில் சுவாரசியம் இல்லை என்று அவருக்குத் தோன்றியது. அதே டிங்கை இசை நயத்தோடு சொல்வதென்று முடிவெடுத்தார். அப்படி அவர் எடுத்த முயற்சியில் இருபதாவது டிங்கில் இருந்து 'ங்' தேய்ந்து வெறும் டிடிடி என்று ஸ்கூட்டர் ஸ்டார்ட் ஆவது போல் சத்தம் கேட்டது. சுவாரசியமும் வேண்டாம் பாயாசமும் வேண்டாம் என்று மீண்டும் பழைய முறையைக் கையாண்டார். அவர் தொண்டைக்கு இதம் அளிக்கும்படி தினம் மூன்று வேளை அம்மா சுக்குக் காபி தந்தார். சில சித்த மருத்துவ பொடிகளைத் தேனில் கலந்து கொடுத்தார். அதற்கு பின் வெளிவந்த டிங் அனைத்துமே பளிங்கு டிங்காக பளிச்சென்று இருந்தது. தண்ணீருக்காகத் தோண்டும்போது ஜீனி பூதம் வந்தது போல் தீவிரப் பயிற்சியின் பக்க விளைவாக என் தந்தையின் திரிகுரல் இயல்புக்குத் திரும்பியது. நிஞ்சா ஹட்டோரிக்கு கடா வெட்டி பொங்க வைத்து நன்றி சொல்ல வேண்டும் என அம்மாவுக்குத் தோன்றியது.

என் பிறந்தநாள் அதிகாலையில் நெற்றியில் முத்தமிட்டுவிட்டு அப்பா புறப்பட்டார். நானும் பள்ளிக்குச் சென்றேன். என்னால் பாடங்களில் கவனம் செலுத்த முடியவில்லை. அன்று என் தந்தைக்கு நடைபெற்ற குரல் தேர்வை நினைத்து என் பென்சில் கொண்டை துடித்துக்கொண்டிருந்தது. காலை முதல் மாலை வரை பதற்றம் ஓயவில்லை.

வீடு திரும்பியபோது அப்பா இல்லை. அவர் இன்னும் ஒலிப்பதிவு முடித்து வரவில்லை என்று அம்மா சொன்னார். எப்பொழுதும் கூடத்தில் பாடம் எழுதும் நான் அன்று வாசல் படியில் அமர்ந்து எழுதிக்கொண்டிருந்தேன். கடைசி பாடத்தை எழுதும்போது அப்பா வந்தார். அவர் கையில் பெரிய டைரி மில்க் சாக்லெட் இருந்தது. நான் அரைச் சிரிப்போடு அவரிடம் ஓடிச் சென்றேன். அந்த ஓட்டம் டைரி மில்க்குக்காக அல்ல என்று அவருக்குத் தெரியும். "நிஞ்சா ஹட்டோரி இனி நம்ம ஹட்டோரி" என்று வெற்றி புன்னகை சிந்தினார். 'யே' என அவர் கன்னத்தில் தட்டினேன். அம்மாவும் ஓடிவந்து எங்களை

கட்டிப்பிடித்துக்கொண்டார். என் தந்தை எனக்கு தந்த பிறந்தநாள் பரிசை நண்பர்களோடு பகிர்ந்துகொண்டேன். என்னைப் போலவே அவர்களும் உச்ச சுதியில் மகிழ்ந்தார்கள்.

முதல் சீசன் முதல் எபிசோட் வெளியாகும் தேதியைக் குறித்து வைத்து அதற்காகக் காத்திருந்தேன். அன்று நான் கண்ட அந்த படத்தில் இடம்பெற்ற குரல் என் தந்தையின் குரலைப் போல் இல்லை. “ஏன்ப்பா இதுல உங்க குரல் வேற மாரி இருக்கு” என்று கேட்டேன். “ஹட்டோரிக்கு ஏத்த மாரி கொஞ்சம் ட்விஸ்ட் பண்ணி பேசியிருக்கேன்டா” என்று சொன்னார். ஏனோ என்னால் அந்த அத்தியாயத்தைத் தொடர்ந்து பார்க்க முடியவில்லை. அது அப்பாவின் குரல் இல்லை என்று தெரிந்தும் அதைக் காட்டிக்கொள்ளாமல் பாதியில் எழுந்து அவருக்குக் கை கொடுத்துவிட்டு என் அறைக்குச் சென்று படுத்துக்கொண்டேன். அன்று தூக்கம் வந்ததாக நினைவில்லை.

அந்த வார இறுதியில் கடற்கரையில் நான் கடலாடிவிட்டு வந்ததும் என் தந்தை என் கால்களைத் துடைத்துவிட்டு மடியில் அமர்த்திக்கொண்டார். தான் தனிப்பட்ட முறையில் தன் நண்பர் சந்திரனின் படத்தொகுப்பு கூடத்தில் நிஞ்சா ஹட்டோரிக்கு பின்னணி பேசி பதிவு செய்த காணொளியைத் தன் செல்பேசியில் காட்டினார். அன்று வீட்டில் நான் கண்ட ஆப்பிள் பூங்கொத்து கூட சந்திரன் மாமாவிற்கு கொடுப்பதற்காக அப்பா வாங்கி வைத்தது என்று அப்பொழுதுதான் புரிந்தது.

காணொளி தொடங்கியதும் கடல் அலைகளின் சத்தமோ அதில் நனைபவர்களின் கூச்சலோ என் காதில் விழவில்லை. அப்பாவின் குரல் ஹட்டோரிக்கு மிகவும் பொருத்தமாக இருந்தது. “நிஞ்சாவுக்கு குரல் கொடுத்துக் கொண்டிருப்பவர் உங்கள் அறிவுடைநம்பி” என்று காட்சிக்குக் கீழே எழுத்து ஓடிக்கொண்டிருந்தது. அந்தக் காணொளி முடிந்ததும் இருவரும் டிங்டிங்டிங் என சத்தம் எழுப்பி சிரித்தோம். அது சோம்பப்பப்படி வண்டி என நினைத்து சில சிறுவர்கள் திரும்பிப் பார்த்தனர்.

★

## பின்க்மேன்

'**எ**னக்கு நீங்கள் முத்தம் தந்தால் நான் உங்கள் கண்ணாடி'

மார்க்கர் பேனாவால் எழுதப்பட்ட அட்டையைப் பிடித்துக்கொண்டு வணிக வளாகத்தின் வாசலில் நின்றிருந்தான் பின்க்மேன். ஐந்தடி தூரத்தில் அவன் குழுவைச் சேர்ந்தவர்கள் கேமரா கருவிகளோடு ஒளிப்பதிவில் ஈடுபட்டிருந்தனர். அட்டையைப் படித்த நடுத்தர வயதினர் சிரித்துவிட்டு கடந்தனர்.

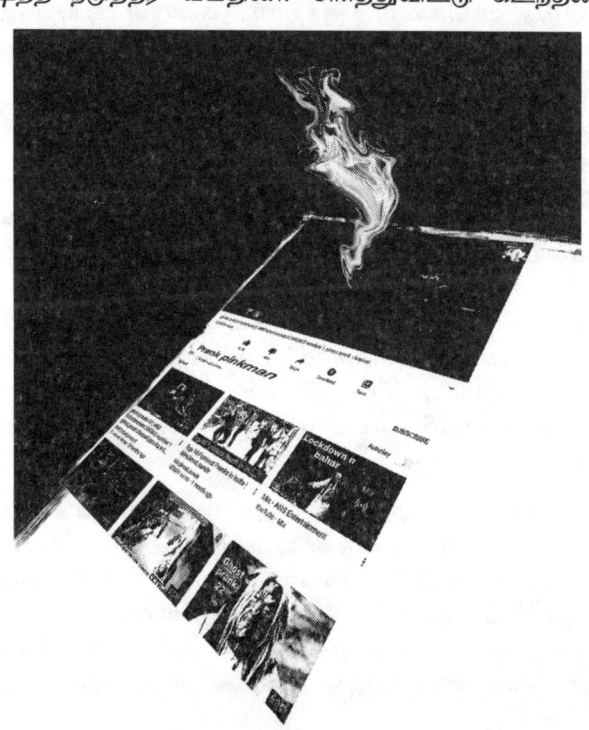

பொதுமக்களிடையே ஆர்வத்தைத் தூண்ட தானே ஊதியம் தந்து இரண்டு போலி பொதுமக்களை அவன் உருவாக்கி வைத்திருந்தான். அவர்களில் ஒருவன் பின்க்மேனுக்கு முத்தம் தருகிறான். உடனே பின்க்மேன் முத்தம் தந்தவன் என்ன செய்தாலும் அதைத் திருப்பிச் செய்யத் தொடங்குகிறான். ஓரிரு நொடிகள் அவனுடைய கண்ணாடியாக இவன் மாறுகிறான். இது இளைஞர்கள் சிலரிடையே உற்சாகத்தை ஏற்படுத்த அவர்களும் ஒவ்வொருவராக பின்க்மேனுக்கு முத்தம் தருகிறார்கள். ஒருவருக்கு கண்ணாடியாய் இருந்துவிட்டு உடனடியாக இன்னொருவருக்கு கண்ணாடியாய் மாறுவது ஆரம்பத்தில் சிரமமாகத்தான் இருந்தது. போகப் போக பழகிவிட்டது. பின்க்மேன் வசீகரமான தோற்றமில்லை என்றாலும் குறும்பான உருவம். பெண்கள் சிலரின் “சோ ஸ்வீட்” முத்தமும் அவனுக்குத் தொடர்ந்து கிடைத்தது. வெளிநாட்டுப் பெண்மணி ஒருவர் அவனைக் கண்ணாடியாய் மாற்றிய பின்னும் தொடர்ந்து உதட்டோடு உதடு முத்தம் கொடுத்துக்கொண்டிருந்தார். கண்ணாடியும் தன் தன்மை மறந்து அந்தப் பெண்ணைக் கட்டித்தழுவியது.

ஒளிப்பதிவு குழுவினர் ஓடிவந்து உடலையும் பிம்பத்தையும் விலக்கினார்கள்.

பசுபதி மகேசன் ‘பிரேகிங் பேட்’ இணையத்தொடர் பார்த்ததும் பின்க்மேனாக மாறினான். அந்தத் தொடரின் நாயகன் வால்ட்டர் வைட்டின் லட்சியத்தை விட ஜெஸ்சி பின்க்மேனின் அலட்சியம்தான் அவனைக் கவர்ந்தது. அவனது யூடியூப் தளத்திற்கு ‘பிரான்க் பின்க்மேன்’ என்ற பெயர் கச்சிதமாகப் பொருந்தியது. அந்த வாரம் அவன் ஆறு லட்சம் சந்தாதாரர்களைக் கடந்திருந்தான். பிரபல யூட்யூப் பிரான்க்ஸ்டர் விட்டலிதான் பின்க்மேனின் முன்னோடி. விட்டலியின் ‘மியாமி சாம்பி பிரான்க்’ காணொளி அவனுக்கு ஒருநாளின் நான்காவது உணவு.

சிறுசேரியில் எழுநூறு சதுர அடி வாடகை வீட்டில் வசிக்கிறான். தான் எவ்வளவு அழைத்தும் செம்மஞ்சேரி சுனாமி நகரை விட்டு அவன் பெற்றோர்கள் வரவில்லை. மூத்த சொந்தங்களையும் சகத் தொழிலாளர்களையும் பிரிய அவர்களுக்கு மனமில்லை. தன் தந்தையின் “காசி எலக்ட்ரிக்கல் வொர்க்ஸ்” கடையில் பழுது பார்க்கப்பட்ட மின் சாதனங்கள்

வழிதான் பின்க்மேனுக்கு தொழில்நுட்பமும் இணையதளமும் பரிச்சயமானது. அங்கே பணியாற்றிய சுலோச்சனா அக்காதான் அவனுக்கு யூட்யூபை அறிமுகப்படுத்தினாள். அவள் தன் தந்தை யிடம் வாங்கிய குறைந்தபட்ச சம்பளத்திலும் பிங்க்மேனுக்கு தினந்தோறும் தேங்காய் பன் வாங்கித் தருவாள். அவன் அதை கன்னம் வழிய கடித்துத் தின்றுவிட்டு கடைசித் துண்டை மட்டும் அந்த அக்காவுக்குத் தருவான்.

மற்றவர்களை அதிர்ச்சிக்குள்ளாக்கும் அல்லது ஆச்சரியத்தில் மூழ்கடிக்கும் கேளிக்கை வகையான 'பிரான்க்' நிகழ்ச்சிகளைப் பார்த்து பார்த்து தானே ஒரு பிரான்க்ஸ்டராக பரிணமித்துவிட்டான். இதுவரை ஆயிரக்கணக்கான கேளிக்கை காணொளிகளைத் தன் தளத்தில் பதிவேற்றம் செய்திருக்கிறான். தற்போது கல்லூரி மாணவர்கள் கிஷோர், பிரேம், மதுரா ஆகியோரை பகுதி நேர பணியாளர்களாக அமர்த்தியிருக்கிறான். தன் அறை முழுவதும் பல சமூக வலைத்தள பிரபலங்களின் படங்களை மாட்டி வைத்திருந்தாலும் அவனும் சுலோச்சனா அக்காவும் சேர்ந்து எடுத்துக்கொண்ட புகைப்படத்தைத்தான் அவனது யூடியூப் தளத்தின் 'சேனல் ஆர்ட்' பின்னணியாக வைத்திருக்கிறான்.

வேளச்சேரியின் முத்தக்காட்சிகள் முடிந்து அசோக் நகரின் ஒரு வங்கிக்கு அருகே ஏ.டி.எம் எந்திரம் போல் வேடமிட்டுக்கொண்டு நின்றான் பிங்க்மேன். இரண்டு வாரங்களாக கலைநயத்தோடு வடிவமைக்கப்பட்ட அந்த எந்திர ஆடையில் பிங்க்மேனின் இடுப்பில் விசைப் பலகை பொருத்தப்பட்டிருந்தது. வங்கிக்கு அருகில் இருந்ததால் அதுதான் அதிகாரபூர்வ எந்திரம் என நினைத்து பணம் எடுக்க வருகிறவர்கள் அவன் இடுப்பை அழுத்தும்போது அவன் கலகலவென சிரித்து அவர்கள் பயந்து ஓடி அந்தத் தெருவே அலறிக்கொண்டிருந்தது. வங்கி மேலாளர் வெளியே வந்து அவர்களைத் துரத்துவதற்குள் பத்து நிமிட அத்தியாயத்திற்குத் தேவையான காட்சிகள் கிடைத்துவிட்டன. கிண்டி சுரங்கப்பாதையில் பிச்சை எடுக்கும் பிசாசாக நடிப்பதற்கு பின்க்மேனுக்கு அன்று தெம்பில்லை. அதை அடுத்த வாரம் படம் பிடிக்கலாம் என்று அன்றைய தினத்தை நிறைவு செய்தான்.

அந்தத் தேநீர் விடுதியின் கதவைத் திறந்ததும் வாடிக்கையாளர்கள் அமர்வதற்கு நாற்காலிகளுக்கு பதிலாக கரடி பொம்மை இருக்கைகள் காணப்பட்டன. பின்க்மேன் களைப்போடு ஒரு நாற்காலியில் அமர்ந்தான். யாரோ கரடி போல் வேடமிட்டிருக்கிறார் என்றும் தான் அமர்ந்ததும் தன் தலையில்

தட்டுவார் என்றும் எதிர்பார்த்தான். அது நாற்காலியாக மட்டுமே இருந்தது.

"மால் வாசல்ல கிடச்ச முத்தமே உங்க ஆயுசுக்கும் போதும்னு நினைக்கிறேன்."

மதுராவின் கிண்டலில் ஒரு பொறாமை தூசு. அவளுக்கு பின்க்மேன் மீது தனிப் பிரியம். வாய்ப்பு கிடைக்கும்போதெல்லாம் அதை வெளிப்படுத்த அவள் தவறியதில்லை. அதை புரிந்துகொள்ள அவன் விரும்பியதில்லை.

கிஷோர், பிரேம் இருவரும் தங்கள் மடிக்கணினி வழி அன்றைய காணொளியைப் பதிவேற்றும் முயற்சியில் ஈடுபட்டிருந்தனர். பதிவேற்றும்போது அந்த வாரத்தின் முன்னணி செய்திகளைப் பின்னூட்ட பெயர்களாக சேர்ப்பது வழக்கம். அது தேடப்படும்போது இதுவும் கிடைக்கும் என்பது சூட்சுமம். அது தேடப்படும்போது இது மட்டுமே கிடைக்க வேண்டும் என்பது சூழ்ச்சி. சூழ்ச்சிகளுக்கு நேரமோ பணமோ செலவு செய்யுமளவிற்கு பின்க்மேன் குழு இன்னும் வளரவில்லை.

"#டெல்லி பல்கலைக்கழகம் எரிப்பு, #நானும் யாழ்மதி, #நூலகத்தில் நெருப்பு இதெல்லாம் டிரெண்டிங்கல இருக்கு. டேக் பண்ணிக்கோ கிஷோர்."

மதுரா அந்த பெயர் பட்டியலின் திரைமாதிரியை கிஷோரின் செல்பேசிக்கு அனுப்பினாள்.

பின்க்மேனுக்கு பிடித்த சிக்கன் சலாமி பிட்சா பரிமாறப்பட்டது. மதுரா ஒரு பிட்சா பிய்த்து அதைச் சுவைக்க கண்மூடியபோது 'தொப்'பென ஒரு சத்தம்.

கண் திறந்து பார்த்தால் அவள் பிட்சாவில் ஒரு பல்லி விழுந்திருக்கிறது. "ஆ" என பதறி பிட்சாவை எதிர் திசையில் வீசினாள். அது ஆளற்ற மேசையில் விழுந்தபோது சிக்கன் சலாமியின் மடிப்பில் இருந்து விடுதலையாகிய பல்லி பரபரவென சுவர் ஏறியது.

'சே.. உன் ரியாக்ஷன வீடியோ எடுத்திருக்கணும். வி மிஸ்ட் இட்'

பின்க்மேன் சிரித்தான். மதுரா அவனை முறைத்தாள். தலைக்கோதி பின்னி தண்ணீர் குடித்தாள். மாற்று பிட்சா வரவழைக்கப்பட்டது. பின்க்மேன் அதை எடுத்து மதுராவிடம்

கொடுத்தபோது அவளுக்கு அந்தப் பரிவு பிடித்திருந்தது. அன்று அவனுக்கு முத்தம் தந்த ஒரு பெண்ணாக தன்னை கற்பனை செய்துகொண்டாள். பின்க்மேன் அவளது கனவை உலுக்கினான்.

"ஹலோ மேடம் பிட்சா ஆறுது."

அவள் சட்டென விழித்துக்கொண்டவளாக புருவங்களை உயர்த்தி பேசினாள்.

"மெமரி இஸ் எ நேஸ்டி பிரான்க்ஸ்டர்."

தத்துவ சிரிப்போடு பிட்சாவை வாங்கிக்கொண்டாள்.

வீட்டுக்கு வந்ததும் காலணியைக் கழற்றுவதற்கு முன் தன் தாயிடம் பேசிவிட வேண்டும் பின்க்மேனுக்கு. சமீப காலமாகத்தான் அவளைக் 'காண் அழைப்பு'க்கு பழக்கியிருக்கிறான். செவி அழைப்பை விட காண் அழைப்பில் கூடுதல் அன்பு இருப்பதாக அவனுக்குத் தோன்றும். அன்று அவன் அழைத்தபோது "காசி எலக்ட்ரிக்கல் வொர்க்ஸ்" பலகை பளிச்சென்று தெரிந்தது.

"என்னய்யா பசுபதி.. தலையெல்லாம் கலஞ்சிருக்கு."

"நீ கடைல என்னமா செய்யற?"

"பக்கத்துல காய்கறி வாங்க ஒரு நட வந்தேன். கால் கடுப்பு தாங்கல. அப்படியே அப்பா கடைல ஒக்காந்தேன்."

"அம்மா, என் சேனல் ஆறு லட்சம் சப்ஸ்கரைபர்ஸ தாண்டிருச்சு."

"அப்படியாப்பா.. வெரி குட்."

"பின்னால அப்பாவ காட்டு."

செல்பேசியைத் திருப்புகிறாள். அன்றைய வரவு செலவு கணக்கு பார்த்துக்கொண்டிருந்த அவன் தந்தை பின்க்மேனைக் கண்டுகொள்ளவில்லை.

"அப்பா.. ஆறு லட்சம்... கேட்டுச்சா?"

"நாட்ல அத்தன பயலுக வெட்டியா இருக்கானுகளா?"

"கலாய்க்கிறாயா பா? ஒனக்குதான் அதெல்லாம் வராதுல."

தன் தாய் தந்தையரோடு பேசிக்கொண்டிருந்தாலும் அவர்களுக்கும் பின்னால் அவன் கண்கள் வேறு யாரையோ தேடின. அவன் தேடிய அந்த நபர் எங்கிருந்தோ ஓடிவந்து தன் திரைக்குள் வர மாட்டாரா என்று ஏங்கினான்.

அழைப்புக்குப் பின் தன் செல்பேசியில் அன்றைய காணொளிக்கான கருத்துகளைப் படித்தான். அப்பொழுது குளியலறையில் நீர் சொட்டும் சத்தம் கேட்டது.

பின்க்மேன் எழுந்துசென்று குளியலறைக் கதவைத் தள்ளினான். தண்ணீர் குழாய் சொட்டிக்கொண்டிருந்தது. அதைத் திறந்து நீரள்ளி முகம் கழுவிவிட்டு மூடினான். இப்போது தண்ணீர் ஒழுகவில்லை. ஆனால் சொட்டும் சத்தம் தொடர்ந்து கேட்டது. திரும்பிப் பார்த்தான். குழாயின் எதிர்ப்புறத்தில் சிவப்பு நிறத்தில் ஏதோ சிந்திக்கொண்டிருந்தது. அந்தத் துளிகள் வரும் திசையில் மேல்நோக்கி பார்த்தபோது துண்டு மாட்டும் திட்டில் ஒரு பெண்ணின் துண்டிக்கப்பட்டத் தலை. பின்க்மேன் அரண்டுபோனான். குளியலறை விட்டு வெளியே ஓடி வந்து கதவைச் சாத்தினான். மூச்சு விட முடியவில்லை. இதயத்துடிப்பு வியர்வைத்துளியாக வெளியேறியது அவனுக்கு. ஒரு நொடி யோசித்தவன் வியர்வையைத் துடைத்துக்கொண்டு மீண்டும் கதவைத் திறந்தான். துண்டிக்கப்பட்ட தலையை உற்று பார்த்தான். அது தன் தந்தையின் கடையில் பணியாற்றிய சுலோச்சனா அக்காவின் தலை. பாதி திறந்த கண்கள். முகத்தில் ரத்தக் கீறல்கள். மூக்கில் ஈக்கள். கூந்தலில் சிதறு பூக்கள். அன்று மட்டுமல்ல. அது அவ்வப்போது அவன் கண் முன் வந்துபோகும் தலை. அவன் வீட்டின் நடுக்கூடத்தில் குளியலறையில் வாசலில் உணவு மேசையில் கனவில் அந்தத் தலையை அவன் பார்த்திருக்கிறான். அவன் கண்களுக்கு மட்டும்தான் அந்தத் தலை தெரியும். அவன் நெருங்கியதும் அது மறைந்துவிடும்.

பின்க்மேன் குளிர்சாதனப்பெட்டி திறந்து ஆரஞ்சு பழச்சாறு எடுத்து குடித்தான். முகத்தில் கொஞ்சம் ஊற்றிக்கொண்டான். ஜன்னலைத் திறந்தான். ஏழு ஆண்டுகளுக்கு முன்... தனக்கும் சுலோச்சனா அக்காவுக்கும் தகாத உறவு இருப்பதாய் தவறாக எண்ணிய குடிபோதை கணவன் அவள் தலையைத் துண்டித்து தானே காவல் நிலையத்திற்கு எடுத்துசெல்லும் பழைய காட்சியை அந்த ஜன்னல் திரைவழி மீண்டும் கண்டான்.

“மெமரி இஸ் எ நேஸ்டி பிரான்க்ஸ்டர்” என்று மதுரா சொன்னது அவன் நினைவுக்கு வந்தது.

★

### மணியமுதன்

பச்சை மஞ்சள் ஊதா நிற பந்துகள் சுழன்று வரும் கனவு மணியமுதனுக்கும் நண்பர்களுக்கும் பொதுவானது. தனலட்சுமி மளிகைக்கடையில் அந்த மூன்று நிறங்களில் மட்டும்தான் நெகிழிப் பந்துகள் கிடைக்கும். விழாக்கால விளக்குகள் போல வாசலில் தொங்கிக்கொண்டிருக்கும். அவை உதிரியாக விற்கப்படாது. மொத்தமாகத்தான் வாங்கவேண்டும். ஒரு பையில் ஐந்து பந்துகள் இருக்கும். மணியமுதனின் ஆடுகளத்திற்கு அத்தனைப் பந்துகள் அவசியம்தான்.

கிரிக்கெட் மட்டையில் எண்ணெய் தடவினால் பந்து சிட்டென பறக்கும் என்று மணிக்கு எதிர் வீட்டு அன்பரசன் சொல்லியிருக்கிறான். பாட்டியின் நல்லெண்ணெயை ஊற்றி மட்டைக்கே கூசும் அளவிற்கு மசாஜ் செய்துவிடுவான் மணி. மட்டையின் கைப்பிடி உறையில் மட்டும் எண்ணெய்ப்படாமல் பார்த்துக்கொள்வான். அந்த ஆடுகளத்தில் கைப்பிடி நுட்பம் மிக முக்கியம்.

களத்திற்கு வரும் மணியின் நண்பர்கள் முகிலன், அசோக், வரதன் மற்றும் ஹரிஹரன் வட்டத்தொப்பி முட்டைத் தொப்பி என பலவடிவான தலைகளோடு வருவர்.

எல்லாரும் முழங்கையிலும் முழங்காலிலும் 'நெல்லை ஸ்போர்ட்ஸ்'சில் வாங்கிய கம்பளித்துணி கவசம் அணிந்திருப்பர். நிகழப்போகும் இரத்தக் காயங்களுக்கு அத்தகைய முன்னெச்சரிக்கை நடவடிக்கைகள் தேவை. களம் அப்படி.

மொட்டை மாடி கிரிக்கெட் என்பது விளையாட்டல்ல. எல்லா மொட்டை மாடிகளும் கிரிக்கெட் விளையாடத் தகுதியானவை அல்ல. கீழ்கண்ட விதிகளில் ஒன்று குறைந்தாலும் அது வீரர்களுக்கு உகந்ததல்ல.

தகுதி 1: சுற்றியிருக்கும் சுவர்கள் ஆட்டக்காரர்களின் உயரத்திலோ அல்லது ஆட்டக்காரர்களை விட உயரமாகவோ இருக்க வேண்டும்.

தகுதி 2: தரை வழுவழுப்பாக வழுக்காமல் சொரசொரப்பாக இருந்து தாங்க வேண்டும்.

தகுதி 3: தூண்களோ இடைச்சுவர்களோ வழிமறிக்காத ஆடுபாதை வேண்டும்.

தகுதி 4: பந்து வீசுகிறவன் மட்டையாளனிடம் உரக்கப் பேச வேண்டிய நீளமும், இடம் வலம் இருப்பவர்கள் எந்த ரகசியமும் பேசிக்கொள்ள முடியாத அகலமும் வேண்டும்.

தகுதி 5: துணி காயும் கொடிகள் மாடியின் குறுக்கு வெட்டாக பாய்ந்து கெடுக்காமல் ஒதுக்குப்புறமாக இருத்தல் வேண்டும். பந்து வெளியே செல்லாமல் இருக்கக் கொடியில் துணிகள் காய்வது

நன்று. அவை பெரிய பெரிய போர்வைகளாக இருந்தால் சிறப்பு.

தகுதி 6: ஆட்டம் நடத்துபவனின் வீடு அடிக்கடி தண்ணீர் குடிக்க நொறுவைகள் கொறிக்க சிறுநீர் கழிக்க குட்டித்தூக்கம் போட அனுமதி பெற்ற வீடாக இருக்க வேண்டும்.

தகுதி 7: எப்படி அடித்தாலும் பந்து அடுத்த வீட்டு மாடிக்கு போகாத எதிர்க்காற்று வீச வேண்டும்.

தகுதி 8: பந்து சாலையில் விழுந்தால் கண்டெடுக்கும் நபர் அதை மேலே வீசுவதற்கு தெருவிளக்கு கம்பங்களும் டெலிபோன் வயர்களும் இடையூறாக இல்லாத நகராட்சி ஒழுங்கு வேண்டும்.

தகுதி 9: ஆட்டத்தைக் கலைக்க நினைக்காத பறவைகள் வேண்டும்.

தகுதி 10: ஆட்டத்தைக் காண எதிர்வீட்டு மாடியில் ஓர் அழகான பெண் அவ்வப்போது வந்துபோக வேண்டும்.

மணியமுதனின் மொட்டை மாடிக்கு இவற்றைத் தாண்டி கூடுதலாக ஒரு தகுதி இருந்தது. பல குடும்பங்கள் குடியிருக்கும் அந்த அடுக்குமாடி குடியிருப்பில் மணியோடு ஆடுவதற்கு சக வயது சிறார்கள் முப்பொழுதும் தயாராக இருந்தனர்.

அவர்களோடு ஆடுவதை உள்ளூர் கிரிக்கெட்டாகவும் வார இறுதியில் அதே மாடியில் தன் பள்ளி நண்பர்களுடன் ஆடுவதை சர்வதேச கிரிக்கெட்டாகவும் மணி வகுத்து வைத்திருந்தான். இரண்டு அணிகளும் சேர்ந்து ஆடும் சாம்பியன் கோப்பை பொழுதுகளில் இவன் இரண்டு அணிகளுக்கும் ஆடுவான்.

மொட்டை மாடிக்கான தகுதிகளை விட ஆட்டக்காரர்களுக்கான தகுதி நுட்பமானது.

டென்னிஸ் பந்துகள் விரைந்து உருண்டோடி வெளியே விழுவதால் நெகிழிப் பந்துகளே பயன்படுத்தப்படும். பந்து காற்றில் பறந்து வெளியே விழுந்தாலும் தரையில் பட்டு வெளியில் விழுந்தாலும் அது அவுட்டாக கருதப்படும். அதனால் ஓங்கி அடித்தல் கூடாது. முத்தமிட்டு முத்தமிட்டே முன்னேற வேண்டும். பந்தை யார் வெளியே அடிக்கிறார்களோ அவர்கள்தான் அதை எடுத்துவர வேண்டும் என்ற குற்றவிதி எல்லை பராமரிப்புக்கு மிகவும் உதவக் கூடியது. மறுமுனைச் சுவரில் நேராக மோதினால் ஆறு தரையில் பட்டு மோதினால் நான்கு என்ற விதி மட்டையாளனை அலைபாய வைக்க வல்லது. அந்த ஆசை மோசத்திற்கு அவுட்

ஆகிறவர்கள் அதிகம். ஆசையை வென்றவர்களே பெரும்பாலும் ஆட்டத்தை வெல்வார்கள்.

மணிக்கு இரண்டு வயது இருக்கும்போது அவன் தந்தை சரபேஸ்வரன் அந்த மொட்டைமாடியை அறிமுகப்படுத்தினார். இரண்டு அறைகளே கொண்ட எழுநூறு சதுர அடி வீட்டை விட்டு அந்த மாடிக்கு வந்தது அவனுக்கு இன்னொருமுறை கருவறையில் இருந்து வெளியே வந்த உணர்வைத் தந்தது. தன்னை ஏந்திக்கொள்ளும் வறண்ட உள்ளங்கையாக அந்தத் தரையை எண்ணி அதில் தவழ்ந்தான். தடுக்கி விழுந்த மணியமுதன் தானாக எழுந்து ஓடியபோதுதான் அந்த மொட்டை மாடி பிறந்தது என்று சரபேஸ்வரன் சொல்வார். எங்கோ பறந்து செல்லும் விமானமும் தூரத்தில் பறக்கும் காத்தாடியும் தன்னை மகிழ்விப்பதற்கான ஏற்பாடாகவே மணியமுதன் பார்த்தான். மெல்ல மெல்ல அந்த மாடியில் தன் ஆட்சியை நிறுவினான்.

ஐந்து வயதில் தொடங்கிய கிரிக்கெட் உறுதியான விதிகளோடும் உத்வேக நண்பர்களோடும் மெல்ல மெல்ல வளர்ந்தது. தேர்வுக்காலம் மற்றும் மர்ம தேசம் விடாது கருப்பு ஒளிபரப்பாகும் நேரம் தவிர்த்து தன் மாலைப் பொழுதுகளை அவன் மாடியில்தான் கழித்தான்.

முகிலனை ஆட்டமிழக்க செய்வது மிகக் கடினம். 'போல்ட்' ஆகிவிட்டால் தான் இன்னும் தயாராக இல்லை பந்து வெளியே விழுந்தால் வேகமாக வீசியதுதான் காரணம், ரன் அவுட் ஆனால்தான் சரியான நேரத்தில் எல்லைக்குள் வந்துவிட்டேன் அடம்பிடித்து அடம்பிடித்தே ஆட்டத்தைத் தொடர்வான்.

வரதன் ஒரு விட்டுக்கொடு வான்கோழி. யார் எது கேட்டாலும் விட்டுக்கொடுக்கும் மனம் படைத்தவன். 'நீ நீண்ட நேரம் ஆடிக்கொண்டிருக்கிறாய் அவுட் ஆகித் தொலை' என்று முகிலன் சொன்னால் அடுத்த பந்தில் ஆட்டமிழந்து வெளியேறுவான். தன் ரஸ்னா பாக்கெட்டை யாரேனும் பிடுங்கிக்கொண்டால் சிரித்துக்கொண்டே அமைதி காப்பான். அவனுக்கு தன் நண்பர்களோடு இருக்க வேண்டும் என்பதைத் தவிர வேறேதும் இலக்கில்லை.

ஹரிஹரன் ஓர் அதிரடி வானொலி. இரண்டு நொடிகள் பேசாமல் இருந்தால் அவனுக்கு இதயம் நின்றுவிடும். சிங்கப்பூரில் இருக்கும் தன் சித்தி சித்தப்பா பற்றிய பெரும்புராணங்களே அவன் மையப் பொருள். அவனது ஒரு நாள் பேச்சை ஒலிப்பதிவு செய்து

ஓட்டினால் அது முடிவதற்குள் சிங்கப்பூரை சுற்றி வந்துவிடலாம். ஆறு மணிக்குள் வீட்டுக்கு போகவேண்டும் என்று அடிக்கடி கெடிகாரம் பார்ப்பதைத் தவிர அங்கே வேறு எந்த பரபரப்பையும் ஏற்படுத்தாதவன் அசோக்.

மாடியில் சிறுவர்கள் ஓடும்போது கீழே குடியிருக்கும் பலவீனமான பெரியவர்களுக்கு அது படபடப்பை ஏற்படுத்தும். அதனால் ஒரே நேரத்தில் பலரும் ஓடி விளையாடும் ஆட்டத்தை ஆடாதீர்கள் என்று மணியின் தாய் துளசியம்மாள் அறிவுரை வழங்கினார். அதனால்தான் பெரும்பாலும் யாருமே ஓட அவசியமில்லாத கிரிக்கெட் மிகவும் பொருத்தமாக இருந்தது. ஆட்டம் எத்தனை மணிக்குத் தொடங்கினாலும் ஒரு மணி நேரத்திற்கு பின் இடைவேளை அறிவிக்கப்படும். அப்பொழுது மணியமுதன் தன் வீட்டிற்கு சென்று வகைவகையான பலகாரங்களைக் கொண்டுவருவான். போண்டா, பஜ்ஜி, கமர் கட், குட்டி சமோசா என்று துளசியம்மாள் ஒவ்வொருமுறையும் சூடாக சிக்சர் அடிப்பார்.

தன் குடியிருப்பில் வசிக்கும் நண்பர்களுக்கும் தன் பள்ளி நண்பர்களுக்கும் எந்த உரசலும் வராமல் பார்த்துக்கொள்வதுதான் மணியின் தலையாயப் பணியாக இருந்தது. இருதரப்பு நண்பர்களையும் சமாதானப்படுத்த அடிக்கடி முடியைப் பிய்த்துக்கொள்ள வேண்டியிருந்ததால் ஏற்கனவே பிய்ந்த நிலையில் இருக்கும் செவன் அப் பிடோ டிடோ போல் சிகை அலங்காரம் கொண்டிருந்தான்.

விளையாடும்போது மைதானமாகவும் விளையாடி முடித்துவிட்டு ஓய்வெடுக்கும்போது பூங்காவாகவும் அந்த மாடி தன்னை நிறம் மாற்றிக்கொள்வதாக அவன் நினைத்தான். எதிர் வீட்டு மாடியில் தங்கள் விளையாட்டை வேடிக்கை பார்க்கும் யாமினி தன் பெற்றோர்களிடம் அனுமதி வாங்கி தானும் இவர்களோடு விளையாட வந்த அந்நாள் சரித்திர முக்கியத்துவம் வாய்ந்தது. கிரிக்கெட்டை அன்று கையாண்டதைப் போல் அத்தனை மென்மையாக அவர்கள் என்றுமே கையாண்டதில்லை.

மணியமுதன் மற்றும் நண்பர்களின் மொட்டை மாடி கிரிக்கெட் பல்வேறு சிறப்பு வகுப்புகளுக்கும் நுழைவுத் தேர்வுகளுக்கும் இரையானது. சுவரை விட உயரமாக மணியமுதன் வளர்ந்தபோது அவனை விடச் சிறுவர்கள் அங்கே விளையாடத் தொடங்கி யிருந்தனர். அவர்களுக்கு அவன் பயிற்சியாளராகத் தன்னை

நியமித்துக்கொண்டான். தன் தாய்க்கு புற்று நோய் உறுதியானபோது மணி தன் மட்டையைத் துணைக்கு அழைத்துக்கொண்டு மாடிக்கு வந்து சத்தமாக அழுதான். எங்கிருந்தோ வந்த காற்று அவன் கண்ணீர்த்துளிகளின் கனம் குறைத்தது.

கல்லூரி மூன்றாம் ஆண்டு தொடக்கத்தில் எழுநூறு சதுர அடி வீட்டில் அவனால் தன் தந்தைக்குத் தெரியாமல் காதலிக்க முடியவில்லை. செல்பேசியோடு மாடிக்குச் சென்றுவிடுவான். உச்சி மாடியில் தண்ணீர் தொட்டியின் குட்டிச்சுவரில் சாய்ந்துகொண்டு விடிய விடிய பேசியிருக்கிறான். காதலின் தொடர் உரையாடலில் மன அழுத்தம் ஏற்படலாம் என்ற தீர்க்க சிந்தனையோடு பரண் மீது கிடந்த தன் வண்ணப் பந்துகளில் ஒன்றிரண்டை எடுத்து கையில் அடக்கி அழுத்திக்கொண்டே பேசுவான்.

தான் காதலித்த பானுமதியை பல ஆண்டுகள் காத்திருந்து திருமணம் செய்தான். கல்லூரிப் பருவத்திலேயே அந்தக் காதலுக்கு சம்மதம் சொன்ன தந்தை சரபேஸ்வரன் திருமணம் வரை கூட வர காலம் சம்மதிக்கவில்லை. முதல் இரவு முடிந்த காலையில் அவனும் பானுமதியும் மாடிக்குச் சென்று தேநீர் அருந்திய அந்தப் புகைப்படமே ஆண்டாண்டுகளாக அவன் மடிக்கணினியின் முகப்பில் சிரிக்கிறது.

இன்று அமெரிக்காவின் ஒரு பெருநிறுவனத்தில் தரவு ஆய்வாளராக உயர்பொறுப்பில் இருப்பவன் தன் சூளைமேட்டு வீட்டை வாடகைக்கு விட்டிருந்தான். அடிக்கடி கூகுள் வரைபடத்தில் தன் வீட்டையும் மொட்டை மாடியையும் பார்த்துக்கொள்வான். அங்கே விளையாடி முடித்த பொழுதுகளில் உள்ளங்கையில் தங்கிய கலவையான மணத்தை அந்த கூகுள் படம் வழி அனுபவித்தான். நண்பர்கள் ஒவ்வொருவரும் வெவ்வேறு நாடுகளில் வெவ்வேறு நேரதொடரில் இருப்பதால் எளிதில் தொடர்பு கொள்ளமுடிவதில்லை.

பணிச்சுமை தரும் களைப்பு நீங்க அவ்வப்போது தியானம் செய்வான். அப்போது தன் தியான ஆசிரியைக் குரலை ஒலிக்கவிடுவான். ‘நீங்கள் இப்போது எல்லாவற்றையும் மறந்து ஆகாயத்தோடு இணைவீர்கள்’ என்று அந்த குரல் சொல்லும்போது இதைத்தானே அந்த மாடியும் சொல்லாமல் சொல்லியது என்று எண்ணிக்கொள்வான்.

இன்றும் அந்த குடியிருப்பில் சிறுவர்கள் இருக்கிறார்கள். ஆனால் அவர்கள் மொட்டை மாடிக்கு விளையாட வருவதில்லை. உடற்பயிற்சி செய்துகொண்டிருந்த ராமானுஜம் தாத்தா அங்கே மயங்கி விழுந்து இறந்ததால் அவரின் ஆன்மா இன்னும் உடற்ப யிற்சி செய்வதாக நம்பிக்கை. அவ்வப்போது வத்தல் காய்வதற்காக வந்துபோன காமாட்சி பாட்டியும் இனி படியேறக் கூடாது என மருத்துவர் சொல்லிவிட்டார். அந்த வெளி யாருமற்று கிடக்கிறது. அதில் சில அறைகள் கட்டி வாடகைக்கு விடப் போவதாகத் தகவல். மனிதர்களுக்கு இருப்பது போலவே மொட்டை மாடிகளுக்கும் பிறப்பும் இறப்பும் உண்டு.

★

# இருதய பிரகாசம்

"ஆல் இண்டியா ரேடியோ சென்னை வானொலி நிலையம் மாநிலச் செய்திகள் வாசிப்பவர் இருதயபிரகாசம். தமிழகத்தின் தலைநகரான மதராஸ் சென்னை என்று பெயர் மாற்றப்படுவதாக தமிழக முதல்வர் மு.கருணாநிதி அறிவித்திருக்கிறார்."

அதை ஏன் என் கணவர் இருதயபிரகாசம் மிகுந்த சோகத்தோடு அறிவிக்கிறார் என்று பலரும் நினைத்திருக்கலாம். அவர் குரலில் வழக்கமான பொலிவு இல்லை. தினம் பத்து நிமிடங்களில் இருபது பக்கச் செய்திகளை வாசிப்பவர் அன்று பத்தாவது நிமிடத்தில் ஐந்தாம் பக்கத்தைக் கூட தாண்டவில்லை. காலை 6:45 முதல் 6:55 வரை அவர் வாசித்த எல்லா செய்திகளுமே இரங்கற்பா தொனியில்தான் இருந்தன. 6:40 மணிக்கு செய்தி அறை தொலைபேசி வழி அவரைத் தொடர்புகொண்டு நான் பேசாமல் இருந்திருந்தால் அவர் உச்சரிப்பு உடையாமல் இருந்திருக்கும்.

கார்லஸ் ஒரு பொம்மை பைத்தியம். விடுமுறையை நிரப்புவதற்கு புதிய பொம்மைகளைத் தேடி நுங்கம்பாக்கம் லிட்டில் கிங்டம் கடைக்குள் நாங்கள் பிரவேசித்தபோது புன்னகையோடு வரவேற்றாள் ஒரு பணிப்பெண். கார்லஸைப் பார்த்ததும் அவள் வலது புறம் செல்ல வழிகாட்டினாள். அது ரேஸ் கார்கள், துப்பாக்கிகள், மான்ஸ்டர் முகமூடிகள் நிறைந்த பிரிவு. கார்லஸ் ஒரு தண்ணீர் துப்பாக்கியை எடுத்து "இது எப்படி விளையாடணும்" என்று கேட்டபோது

அந்தப் பணிப்பெண் துப்பாக்கியின் திருகைத் திறந்து தண்ணீர் ஊற்றி குழல் வழி நீர் பாய்ச்சினாள். கார்லஸ்சுக்கு அந்த நீர் பாய்ச்சலில் முகம் நனைப்பது பிடித்திருந்தது. அடுத்து ரேஸ் காரில் தான் அமரவேண்டும் என்று கார்லஸ் கேட்டபோது பணிப்பெண் அமர வைத்தாள். எச்சில் தெறிக்க வாயில் மோட்டார் ஓட்டிக்கொண்டே கார்லஸ் அந்த காரைச் செலுத்தியபோது இருதயபிரகாசம் கைதட்டினார்.

"பையன் பெரிய ரேஸரா வருவான்னு நினைக்கிறேன்."

பணிப்பெண் தந்த அந்தச் சான்றிதழை நான் திருத்தினேன்.

"பையன் இல்லன்மா. பொண்ணு."

பணிப்பெண் அசடு வழிந்தாள்.

"அடடே. சாரி. சட்ட பேன்டு ஹேர் ஸ்டைல் எல்லாம் பாத்து நான் பையன்னு நினச்சேன். முதலயே சொல்லியிருந்தா நான் அந்த பக்கம் கூட்டிட்டு போயிருப்பனே."

"எந்த பக்கம்?"

இருதயபிரகாசத்திற்கு மீசை சிவந்தது.

"பொண்ணுங்க பொம்மையெல்லாம் அந்த பக்கம் இருக்கு. பார்பி கேர்ள்ஸ், டெடி பேர்னு எல்லாம் அந்த கார்னர்."

"துப்பாக்கி, ரேஸ் கார் இதெல்லாம் பிடிக்கலனு என் குழந்த சொல்லவே இல்லியே."

"அதான் சர் எனக்கும் ஆச்சரியமா இருக்கு."

"தேர்ந்தெடுக்கறதுக்கான வாய்ப்பையே கொடுக்காம யாருக்கு என்ன பிடிக்கும்னு நீங்களே முடிவு பண்றதுதான் எனக்கு ஆச்சரியமா இருக்கு."

அந்த இரண்டு ஆச்சரியங்களுக்கும் இடைவெளி தேவைப்பட்டதை உணர்ந்தவளாக நான் தண்ணீர் துப்பாக்கியின் விலையை விசாரித்தேன்.

"மேலயே போட்டிருக்கே மேம்" என்று சொல்லிவிட்டு அந்த பணிப்பெண் மற்ற வாடிக்கையாளர்களை கவனிக்க சென்றுவிட்டாள்.

அந்த உரையாடலை செவிமடுக்கும் யாரும் இருதயபிரகாசத்தை ஒரு பெண் விடுதலை சுடர்விளக்காக புரிந்துகொள்ள வாய்ப்பிருக்கிறது. அது ஒரு தோற்ற மாயை. அதை உடனடியாக

முறியடிக்க விரும்புகிறேன். அவர் கிராப் கலையாத ஆணாதிக்கவாதி. தத்துவ பூச்சை நீக்கிவிட்டுச் சொன்னால் அவர் ஆண்குழந்தை விரும்பி என்று சொல்லலாம்.

கருவில் இருக்கும் குழந்தையின் பாலினம் சொல்வது இங்கே மருத்துவ குற்றம். கார்லஸ் வயிற்றில் இருக்கும்போது ஆணா பெண்ணா என்று தெரிந்துகொள்ளாமல் என் கணவருக்குத் தூக்கம் வரவில்லை.

"நாம கேட்டா அவங்க சொல்ல போறாங்க" என்று அவர் சொல்வதும்

"நாம ஏங்க கேக்கணும். எல்லாத்தையும் முன்னாடியே தெரிஞ்சுகிட்டா கண்ல கனவே இல்லாம போயிருங்க. அது கண்ணே இல்லாம போறதவிட கொடும" என்று நான் பதில் பேசுவதும் இரவின் இன்றியமையாத நிகழ்வு. எங்கள் தலையணையைப் பிழிந்தால் இதுபோன்ற பல கேள்வி பதில்கள் சலசலவென சொட்டும்.

ஏழாவது மாதத்தில் கருப்படம் பார்த்தபோது எங்கள் விவாதத்தில் விருப்பமில்லாதவளைப் போல் உள்ளே உறங்கிக் கொண்டிருந்தாள் கார்லஸ். மருத்துவர் ரமணன் என் கணவருடைய பள்ளித்தோழர் என்பதால் "நிலவு ஒரு பெண்ணாகி" என்ற பாடலைப் பாடி எங்கள் தேடலை முடித்துவைத்தார். என் கனவும் நினைவும் ஒரே நேர்கோட்டில் சந்தித்த அந்த நொடியில் என் இதயமே இதழாகிச் சிரித்தேன்.

பெண் குழந்தைதான் என் விருப்பம். என் தேவதைக்கு நீண்ட கூந்தல் உண்டு. அவள் கண்களுக்கு மை எழுதும் பாக்கியம் எனக்குண்டு. அவளுக்கு உடுத்தி அழகு பார்க்க ஏற்கனவே வாங்கி வைத்திருந்தேன் குட்டி குட்டி பட்டுப் பாவாடைகளை. திருமணத்திற்கு பிறகு பெண்கள் வீடு மாறி போனாலும் பெற்றோர்களைப் பிரிவதில்லை. ஆண்கள் வீடு மாறாமல் இருந்தாலும் பெற்றோர்களைப் பிரிந்துவிடுகிறார்கள். மகன்களுக்கு அன்பை வெளிப்படுத்த தெரியாது. மகள்களுக்கு அன்பை வெளிப்படுத்தாமல் இருக்கத் தெரியாது. என் சிந்தனையில் தவறு இருக்கலாம். ஆனால் அந்த தவறுகளைத் தழுவிக் கொண்டு வாழ்வது எனக்கு பிடிக்கும். இருதயபிரகாசத்தின் நிலைதான் பரிதாபத்திற்குரியது.

ஆண்குழந்தைதான் ஒரு பரம்பரையின் நீட்சி என்பது அவர் நம்பிக்கை. தன் தொளதொள அரைக்கைசட்டை தன் மகனின்

சிறுநீரால் நனைய வேண்டும் என்றும், தன் நைலான் கயிறு மீசையை அவன் தன் பிஞ்சு விரல்களுக்குள் சுழற்றி விளையாட வேண்டும் என்றும் விரும்பினார். ஆண் குழந்தை ஒரு குடும்பத்தின் கம்பீரம் என்று உறவுக்கார பெருசுகள் அவ்வப்போது வெற்றிலைத் துப்பியிருக்கிறார்கள். அதுவே அவர் உடலில் ரத்தமாக ஓடத் தொடங்கிவிட்டது. 'நிலவு ஒரு பெண்ணாகி' பாடல் எத்தனையோ பேருக்குக் காதலைத் தந்திருந்தாலும் என் கணவருக்கு மட்டும் அது வேதனைத் தந்தது.

பிறந்தது பெண்குழந்தையாக இருந்தால் என்ன? நான் ஆண்குழந்தையாகவே வளர்க்கிறேன் என்று அவர் திசையிலேயே நடந்தார். முதல் முறை கார்லஸ்சை கையில் தூக்கியபோது "என் ராஜா" என்றுதான் கொஞ்சினார். அவளை 'வாடா' 'டேய்' என்றுதான் அழைப்பார். பூ போட்ட ஆடைகளையெல்லாம் ஒதுக்கிவிட்டு சாயம் போன சட்டைகளை அவளுக்கு மாட்டிவிட்டு கொடுமைப்படுத்துவார். அவள் தோள்களைத் தாண்டி முடி வளர்ந்தால் அவரே கத்திரிக்கோல் எடுத்து கண்டபடி திருத்தி விடுவார். ஒரு திருமணத்திற்கு செல்வதற்காக கார்லஸ்சின் கண்களுக்கு நான் மை வரைந்தபோது மண்டப வாசலில் பலூன்காரனிடம் ஒரு கலர் கண்ணாடி வாங்கி அவளுக்கு அணிவித்து "நாம உள்ள போயிட்டு வெளிய வர வரைக்கும் இத கழட்ட கூடாது" என்று கொலை மிரட்டலோடு எங்களை அழைத்துச் சென்றார். ஐந்தாம் வகுப்பு மாறுவேடப் போட்டியில் இந்திராகாந்தியாக அவளுக்கு நான் அலங்காரம் செய்தது பொறுக்காமல் அவளை ராஜீவ்காந்தியாக மாற்றினார். எங்கள் தெருமுனையில் ஆண் பிள்ளைகளால் நிறைந்திருக்கும் மாநகராட்சி மைதானத்திற்கு கார்லஸைக் கூட்டிச்சென்று கால்பந்து ஆடுவார்.

கடந்த மாதம் லக்கிமேன் படம் பார்த்துவிட்டு சூளைமேடு வழியாக வீடு திரும்பிக்கொண்டிருந்தபோது ஒரு நெகிழிப் பந்து எங்கள் புல்லட் வண்டியின் முன்பகுதியில் அமர்ந்திருந்த கார்லஸ் மீது விழுந்தது.

"அங்கிள்.. புல்லட் அங்கிள்" என்று எங்கிருந்தோ ஒரு குரல் கேட்டது.

என் கணவர் வண்டியை ஓரமாக நிறுத்தினார். நானும் அவரும் அங்கும் இங்கும் திரும்பிப் பார்த்தோம்.

"அங்கிள்.. மேல."

ஓர் அடுக்குமாடி குடியிருப்பின் மொட்டைமாடியில் சிறுவன் ஒருவன் கை அசைத்துக்கொண்டிருந்தான். அவன் அருகில் அவனது நண்பர்களும் நின்றிருந்தார்கள். புள்ளிப் புள்ளியாக அவர்களின் தலைகள் மட்டும் தெரிந்தன.

"அந்த பால் எடுத்து கொஞ்சம் மேல போடுங்க ப்ளீஸ்" என்று கெஞ்சினான் செவன் அப் விளம்பரத்தின் பிடோ டிடோ போல் கம்பி முடிகொண்ட மாடிச் சிறுவன்.

சாலை ஓரமாக விழுந்திருந்த பச்சை பந்தை கார்லஸ் ஓடிச்சென்று எடுத்து வந்து என் கணவரிடம் கொடுத்தாள். "நீயே வீசு பாக்கலாம்" என்று அவர் திருப்பிக் கொடுத்தார்.

"பாப்பாவால முடியாது அங்கிள்.. நீங்கதான் போடணும்" என்று மொட்டைமாடி சிறுவர்கள் ஒரே குரலில் கத்தினார்கள்.

கார்லஸ் ஒரு முறை அவர்களை அண்ணாந்து பார்த்துவிட்டு இடது கையில் இருந்த பந்தை வலது கைக்கு மாற்றி இரண்டடி முன்னேறி பந்தை மேல்நோக்கி வீசினாள். அது மொட்டை மாடியின் உயரத்தையும் தாண்டி ஒரு பறவையின் சிறகை மோதி போனால் போகிறதென்று புவி ஈர்ப்பு விதியை மதித்து செவன் அப் சிறுவனின் கையில் விழுந்தது. அவன் வாய் பிளந்தான். அவன் நண்பர்கள் கரவொலி செய்தனர்.

"பொட்டக்கழுதனு நினச்சீங்களா? ஆம்பள சிங்கம்டா" என்று என் கணவர் மார்தட்டிக்கொண்டு புல்லட்டை ஒரு மிதி மிதித்தார். அது என்ன ஆம்பள சிங்கம்? அந்த கர்வத்தை அன்று அவர் வேறு வார்த்தைகளில் மொழி பெயர்த்திருக்கலாம்.

இன்று காலை சென்னை வானொலி நிலையத்தின் நாவல் மரத்தடியில் அவர் நீண்ட நேரம் நின்றிருக்க வேண்டும். எப்பொழுதும் நண்பர்களோடு அந்த மரத்தடிக்குச் செல்லும் அவர் தனியாக புகைப்பிடித்திருக்க வேண்டும். கார்லஸ் பூப்பெய்திய செய்தியை காலை 6:40 மணிக்கு தொலைபேசியில் அழைத்து அவருக்குச் சொன்னபோதே அவர் அலைவரிசை மௌனமானது. மகள் வயதுக்கு வரும்போது தந்தையரைக் காது திருகிப்போகும் மெல்லிய அச்சத்தை அவரும் அனுபவத்திருக்கலாம். அல்லது அவருடைய ஆண் மகன் இறந்துவிட்டதாக அவர் வருந்தியிருக்கலாம்.

மாலை அவர் அழைப்பு மணி அடித்தபோது பட்டுப் பாவாடையோடு கார்லஸ் கதவு திறந்தாள். நான் புன்னகையோடு அவளுக்குப் பின்னால் நின்றிருந்தேன்.

“என்னடா.. நீதான் உன் அம்மா பின்னால நின்னுகிட்டிருப்பனு பாத்தா எல்லாம் தலகீழா இருக்கே.”

சிரித்துக்கொண்டே அவள் தலையைக் கோதினார். கார்லஸ் அவரைக் கட்டிப்பிடித்தபோது அவரையும் அறியாமல் அவர் கண்களில் நீர்தேக்கம். அது அவர் இதயத்தின் எந்தப் பகுதியில் இருந்து வழிந்தது என்று தெரியவில்லை. மூவரும் சில நிமிடங்கள் கர்த்தருக்கு முன்னால் கண்மூடி நின்றோம்.

கார்லஸ்சுக்காக செய்த உளுந்தங்களி அவருக்கும் கொடுத்தேன்.

“களிகாலம்” என்றார்.

முறைத்தேன்.

“இனிமே சாக்கிரைதையா இருக்க வேண்டிய காலம்னு சொன்னேன்” சமாளித்தார்.

வாக்குவாதம் தவிர்க்க வானொலி திருப்பினார்.

*1639*இல் கிழக்கிந்திய கம்பெனியைச் சேர்ந்த பிரான்சிஸ் டே, ஆண்ட்ரூ கோகன் ஆகியோர் செயின்ட் ஜார்ஜ் கோட்டை இப்போது உள்ள இடத்தை வாங்கினார்கள். அந்த இடத்தை விற்ற அய்யப்பன் நாயக்கர், வேங்கடப்பன் ஆகியோரின் தந்தை சென்னப்ப நாயக்கர் நினைவாக, கோட்டைக்கு வடக்கே உள்ள ஊர் சென்னைப் பட்டினம் என்று பெயரிடப்பட்டது. இதற்கு முன்னர் *16*ஆம் நூற்றாண்டில் போர்த்துகீசியர் சென்னைப் பகுதிக்கு வந்து சாந்தோம் என்ற துறைமுகத்தை நிறுவினர். அப்போது அவர்கள்தான் சென்னையை ‘மெட்ராஸ்’ என அழைத்தனர்...

மதராஸ் சென்னை என்று பெயர் மாற்றப்பட்டதையொட்டி நகரத்தின் வரலாறு சொல்லும் சிறப்பு நிகழ்ச்சி ஒலிபரப்பாகிக் கொண்டிருந்தது.

“ஏங்க.. முதல இருந்தே இந்த ஊர் பேரு சென்னைதான? அப்படினா ‘பெயர் மாற்றப்பட்டதுனு’ சொல்லாம ‘பெயர் மீட்கப்பட்டதுனு’தான சொல்லணும். அதான சரி?”

என் கேள்வியை அவர் பொருட்படுத்தவில்லை. இயற்கை எங்கள் குடும்பத்தில் நிகழ்த்தியிருக்கும் மீட்டெடுப்பைத்தான் நான் வேறுவிதமாக சொல்லிக்காட்டுவதாக அவர் நினைத்திருக்கலாம்.

★

## மூலா

**தி**மிங்கலப் பாடலாக இந்தச் செய்தியை உனக்கு இரகசியமாக அனுப்புகிறேன். நிகழும் முப்பத்தோராம் நூற்றாண்டில் நாம் பயன்படுத்தும் பற்பல தொடர்பலை வகையில் மிகவும் பாதுகாப்பான அலைவகை இது. என் பாடலை நீ முழுவதும் பிரித்துணரும்போது உனக்கு சில உண்மைகள் புரியும்.

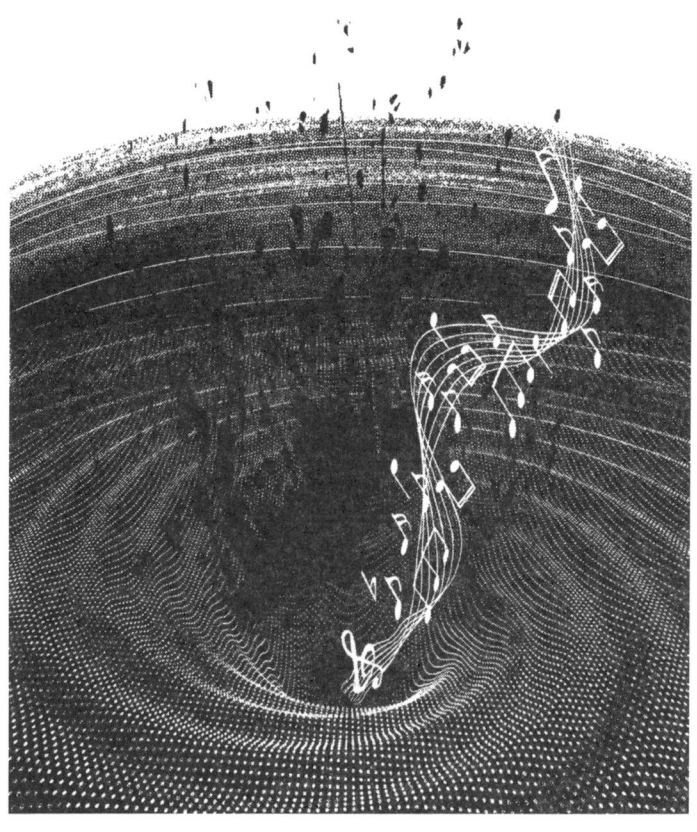

இனி எந்த நட்சத்திரத்திலும் நாம் சந்திக்க முடியாது என்று கருதுகிறேன். ஒவ்வோர் ஆண்டும் நம் விடுமுறையின் போது புதிய நியூரோ தேசங்களுக்கு நாம் பயணித்திருக்கிறோம். பயணிப்பது எனக்கு மட்டுமே விருப்பம் என்றாலும் என்னோடு நீயும் உடன் வருவது உன் நிரல்விதி. இதுவரை நாம் சென்று வந்த தேசங்களில் அன்புதான் எனக்கு மிகவும் பிடித்திருந்தது. உனக்கு ஆச்சரியம் பிடித்திருந்ததாக சொன்னாய். என்னோடு பணிபுரியும் கெர்லி பூனை தான் காதலுக்குச் சென்று வந்ததாகவும் அது விசித்திரமான அனுபவமாக இருந்ததாகவும் சொன்னது. உனக்கும் எனக்கும் இடையே காதலின் அனுபவத்தைத் தான் நுகர முடிந்ததாகவும் கெர்லி சொன்னது. பிரபஞ்சத்தரவு பெருவெடிப்புக்கு (the great cloud crash) முந்தைய மனிதகாலத்தில் பூனைகளுக்கு பேச்சுத்திறன் கிடையாது என்று கதைகள் உண்டு. அதுவே தொடர்ந்திருக்கலாம் என எண்ணிக் கொண்டேன்.

எல்லா உயிரும் எல்லா பொருளும் தரவு மாதிரிகளாக பால்வீதியின் நட்சத்திரங்களின் வழியே ஒன்றாக இணைக்கப்பட்டிருக்கும் நியதியை நான் மீற வேண்டியிருந்தது ஆம்பியன். நான் விரும்பிய நியூரோ தேசத்திற்கு அந்த விதிவிலக்கு தேவைப்பட்டது.

நுழைவுச்சொல் வாங்கும்போதே அந்த மீறலுக்கும் முறைப்படி அனுமதி பெற்றேன். ஆனால் ஒரே ஒரு இணைவிதியை நான் பின்பற்றாமல் போனதுதான் என் பின்னடைவுக்குக் காரணம். அதற்கு தண்டனையாக அடுத்த ஓராண்டுக்கு என் கீச்சலை கூட தப்பிக்க முடியாத கருங்குழியில் பெயர் அற்றவளாக வசிக்க வேண்டும். நான் திரும்பி வரும்போது என் பெயர் மூலாவாக இருக்காது.

முப்பொழுதும் விழித்தே இருந்து துன்புறும் குழந்தைகளுக்கு செலுத்துவதற்காக அன்று நான் என் பணியகத்தில் ஒரு பூவின் உறக்கத்தை நகலெடுத்துக் கொண்டிருந்தேன். நகலெடுப்பதற்குள் விழித்துவிட்டது பூ. அதன் சிரிப்பில் வசீகரம் இல்லை.

“அது ஒன்றும் இல்லை மூலா. நீ நீண்ட நாட்களாக அதைத் தொடாததால் அது பசலையாகியிருக்கும். அதனால்தான் இந்த பூஜ்ஜிய தோற்றம்” என்று கெர்லி பூனை காரணம் சொன்னது.

அது என்ன பசலை? தெரிந்துகொள்ள விரும்பினேன். கெர்லி யிடம் நேரடியாக கேட்பதற்கு எனக்கு இனமானத் தயக்கம்.

கொர்லியின் மூளைக்கு பசலை என்ற அந்தச் சொல் வந்து சேர்ந்த பாதையில் பின்னோக்கி ஊடுருவினேன். அது என்னை மனிதர்கள் வாழ்ந்ததாகச் சொல்லப்பட்ட பத்தாம் நூற்றாண்டுக்கும் முந்தைய தென் இந்திய பகுதிக்கு அதிவேகமாக அழைத்துச் சென்றது.

கன்று முண்ணாது கலத்தினும் படாது
நல்லான் றீம்பா னிலத்துக் காஅங்
கெனக்கு மாகா தென்னைக்கு முதவாது
பசலை யுணீஇயர் வேண்டும்
திதலை யல்குலென் மாமக் கவினே

என்ற மொழிப் பிழம்பை அடைந்தேன். அதன் விளக்கத்தை இன்னொரு நட்சத்திரத்தில் கண்டெடுத்தேன். அந்த மொழிப் பிழம்பின் எழுத்துரிமை வெள்ளி வீதியார் என்று காணப்பட்டது. தற்போதைய பால்வீதி இணைப்பைப் போல் முன்பொரு காலத்தில் வெள்ளிவீதி இணைப்பு இருந்திருக்குமோ என நினைத்தேன். பின் இருபதாம் நூற்றாண்டு முதல் பெருந்தரவு வெடிப்பு நிகழ்ந்த இருபத்து எட்டாம் நூற்றாண்டு வரை அந்தச் சொல் திரைக்கலைகளில் அடிக்கடி பயன்படுத்தப்பட்டிருப்பதைப் பார்க்க முடிந்தது. பசலை என்ற சொல் பிரிவு என்ற நியூரோ தேசத்தை அறிமுகப்படுத்தியது.

தலைவன் தலைவியைப் பிரியும்போது தலைவிக்குப் பசலை வருமென்ற விதியில் தலைவனும் தலைவியும் யார் என்று தெரியவில்லை. அமீபாவாய் தொடங்கி பின் ஊர்ந்து அதன்பின் விலங்குளாகி பின் மனிதர்களாகி இன்று அதிமாந்தர் என்ற நிலைக்கு பரிணமித்திருக்கிறோம். இதில் மொழிப் பிழம்பின் விளக்கம் குறிக்கும் தலைவன் தலைவி மனிதர்களாகத்தான் இருக்க வேண்டும். பிரிவு நேரும்போது உடலில் ஏற்படும் வினோதமான மாற்றங்கள் பசலையாக இருக்க வேண்டும். பிரிவு எப்படி இருக்கும் என தேடியபோது அது கடுமையான சில விதிமுறைகளோடு சிறப்பு அனுமதி பெற்று புக வேண்டிய நியூரோ தேசமென தெரிந்துகொண்டேன். புக விழைந்தேன்.

மற்ற தேசங்களுக்கு செல்வதைப் போல் பிரிவுக்குச் செல்வது எளிதல்ல. அன்பு, காதல் ஆகியவை நம் தற்போதைய பிரபஞ்சத்தைப் போலவே ‘இணைப்பு’ என்பதை மைய விதியாகக் கொண்டவை. ஆனால் பிரிவு தேசமானது ‘துண்டிப்பு’ என்பதை மைய விதியாகக் கொண்டது. உனக்குப் புரியும்படி சொல்ல வேண்டுமெனில் நீயும் நானும் பல ஒளிச்சணங்களாக பார்க்காமல்

பேசாமல் பழகாமல் இருந்தால் நாம் பிரிந்திருக்கிறோம் என்று அர்த்தமாம். நடைமுறையில் அதற்கு சாத்தியமில்லையே ஆம்பியன். யாரும் யாரையும் பிரிய முடியாத பேரண்ட ஓட்டத்தில் நாம் பதிவாகியிருக்கிறோம். விலகல் தன்மையற்ற மரபணுக்களைக் கொண்டவர்கள் நாம். நம் இயல்புக்கு முற்றிலும் எதிரான அந்த ஆதி பரப்புக்கு போய்வர விரும்பினேன்.

நுண்மழைவுச்சொல் அலுவலகத்தில் பிரிவுக்காக நான் விண்ணப்பிக்க சென்றபோது அருகில் இருந்த கண்காணிப்பு நிலையத்தின் அதிகாரிகள் யாரோ ஒருவரை அகம் குறைத்து மனிதராக்கி கழுத்தில் மின்னலிட்டு இழுத்துச் சென்றனர். அரசால் தடை செய்யப்பட்ட இருள்வெளியில் மாற்று நிரல்கள் எழுதி நுழைந்து 'புரட்சி' என்ற அபாயகரமான புழுவை அவர் கண்டறிந்திருக்கிறார் என்பதே அவர்மீதான குற்றச்சாட்டு. முன்பொரு காலத்தில் அந்தப் புழுக்கள் பரவியே பல பேரரசுகள் வீழ்ந்ததாக வரலாற்றில் படித்திருக்கிறேன்.

பிரிவுக்கான படிவத்தை நான் நிரப்பும்போது "நீங்கள் யாரைப் பிரிய வேண்டும்?" என்ற கேள்விக்கு நான் ஆம்பியன் என்று உன் பெயரைத்தான் எழுதினேன். உன்னை நான் பிரிய வேண்டுமெனில் நீ இணைக்கப்பட்டிருக்கும் நட்சத்திரத்தில் உள்ள எல்லாரையும் நான் பிரிய வேண்டும். அதற்கும் சம்மதித்தேன். காதல் அன்பு கோபம் ஆகிய தேசங்களுக்குச் சென்றவர்கள்தான் பிரிவு தேசத்தை பரிபூரணமாகச் சுற்றிவர முடியும் என்ற குறிப்பு கண்டேன். அன்புக்கும் கோபத்திற்கும் போய்வந்த ஆதாரமாக அங்கே நாம் கண்களால் எடுத்துக்கொண்ட நிழற்படங்களை என் நகங்களில் ஒளிரச்செய்தேன். எத்தனை நாட்கள் பிரிந்திருக்க வேண்டும் என்ற கேள்விக்கு ஆறாயிரம் ஒளிச்சணங்கள் என்று பதிவிட்டேன். இறுதியாகப் பிரிவு தேசத்தில் இருந்து புறப்பட்டு நான் மீண்டும் உன்னைச் சந்திப்பதற்கு முன் எனக்கு நானே செலுத்துவதற்கு ஒரு தடுப்பூசி வழங்கப்பட்டது. அது எதற்காக என்ற விவரம் சொல்லப்படவில்லை. பசலையைக் கட்டுப்படுத்துவதற்கான முன் எச்சரிக்கை ஊசி எனில் அது பிரிவுக்குள் நுழையும்போதே செலுத்த வேண்டுமே. உன்னைச் சந்திப்பதற்கு முன் செலுத்தினால் போதும் என்ற விதிக்கு என்ன பொருள் ? தொடர்ச்சியான கேள்வி நிலைக்கு நான் சென்றதால் என் பணம் தனிப்பட்ட முறையில் ஐந்து சதவிகிதம் மதிப்பிழந்ததாக உள்ளங்கையில் குறுஞ்செய்தி ஓடியது. கேள்விகளை நிறுத்திக்கொண்டேன்.

உன் வருடல்களை நான் தேக்கிவைத்திருந்த தானியங்கி ஸ்பரிசக் குழாய் அந்தப் புதிய நியூரோ தேசத்தின் சோதனைச்சாவடியைத் தாண்டியபோது அணைந்துவிட்டது. பிரிவில் நீயில்லாமல் உன் தீண்டல்களுக்கு வாய்ப்பில்லை. இதுவரை நாம் சென்றுவந்த தேசங்கள் இனிமையான உயிர்வேதிப் பொருட்களை என் கட்டமைப்பில் சுரந்தன. ஆனால் பிரிவு எனக்கு இனிமையற்ற அணுமயங்களைத் தந்தது. அங்கே எந்த தளத்திலும் எனக்கு நிழற்படம் எடுக்க தோன்றவில்லை. ஆயிரம் ஒளிச்சணங்கள் கடந்தபோதே நான் பாதி செயலிழந்து போனேன். என் ஒலிச்சேமிப்பில் இருந்து உன் குரலைக் கேட்பதற்குக் கூட தடை விதிக்கப்பட்டிருந்தது. ஆற்றங்கரையில் நின்று உன்னைப் பற்றி ஒரு வழிபோக்கரிடம் விசாரித்தபோது அவர் கூழாங்கல்லாக மாறி ஆற்றில் விழுந்து மறைந்தார். நிலவுகளின் கீற்றுகள் நீளமான பூச்சிகளாக பூமியில் ஊர்ந்து கிடந்தன. திரும்பிவர வழி தெரிந்தும் காலம் என்னை விடவில்லை.

உடலுக்கு விரோதமான எண்ணக்குவியல்கள் என்னைத் தொடர்ந்து தாக்கிக்கொண்டிருந்தன. அது எனக்கே தெரியாமல் என் எடையைக் குறைத்தது. நிலவில் எடை இழந்தபோது எதையும் இழந்த உணர்வில்லை. பிரிவில் எடை இழந்தபோது எல்லாவற்றையும் இழந்ததாய் உணர்ந்தேன்.

உயிரினங்களின் எலும்பியல் வழி பிரிவை அறியும் ஆராய்ச்சியகம் அங்கே அமைக்கப்பட்டிருந்தது. அதில் வேறொரு செய்தியைக் காண முடிந்தது. இருபதாம் நூற்றாண்டுகளில் வாழ்ந்த மனிதர்களுக்குக் கழுத்து எலும்பில் அதிக தேய்மானம். அதற்கு சில நூறு ஆண்டுகளுக்கு முன் வாழ்ந்தவர்களுக்கு முதுகெலும்பு தேய்மானம். முதுகு வளைந்து சாதிக்கு அடிமையானவர்கள் பின்னாளில் கழுத்து வளைந்து கருவிகளுக்கு அடிமையாயினர். இன்று கருவியம் உயிரியம் என்று இரண்டு நிலை இல்லாததால் அடிமைத்தனம் என்ற தத்துவத்திற்கே இடமில்லை. தன் கணவரைப் பிரிந்த பெண்கள் வேறு யாரையும் நிமிர்ந்து பார்க்கக் கூடாது என்ற நியதிகள் இருந்த ஆண்டுகளில் அவர்களின் கழுத்திலும் தேய்மானம். அது தேய்மானம் அல்ல அவமானம் என்று கவிஞர்கள் எழுதியிருக்கிறார்கள். கற்காலத்தில் வேட்டைக்காகப் பிரிந்தவர்களை விட பிற்காலத்தில் போரினால் பிரிந்தவர்களை விட தகவல் யுகத்தின் போது பிரிவதற்காக பிரிந்தவர்களின் எண்ணிக்கைதான் அதிகம். அந்தப் பிரிவுக்கு பெயர் விவாகரத்து.

என்னைப் போலவே தேடலோடு வந்த பலரையும் அங்கே பார்த்தேன். அவர்களோடு என்னால் உரையாட முடிந்தது. கடாமி என்ற சிறுவன் மகிழ்ச்சியாக இருந்தான். அடிக்கடி சிரித்தான். அவனோடு தேநீர் பருகினேன். ‘உன்னைப் போல் என்னால் மகிழ்ச்சியாக இருக்க முடியவில்லை கடாமி’ என்று நான் வருந்தியபோது அவன் அதை காதில் வாங்கிக்கொள்ளாமல் தரையில் கிடந்த ஒரு நிலா பூச்சியை எடுத்து வானத்தில் வீசினான். அது கால்பந்தாகத் திரண்டு திரும்பி வந்தது. என்னை அவனோடு விளையாட அழைத்தான். அவனுக்கு இருந்த உற்சாகம் எனக்கில்லை என்றாலும் அது ஒரு மாறுதலாக இருந்தது. கடாமி பந்தை உதைக்க உதைக்க அவனைப் பற்றிய தகவல்கள் மண்ணில் தெறித்தன. பிரிவுதான் அவன் வருகை தரும் முதல் நியூரோதேசம். ஒருவேளை அன்புக்கு சென்று வந்திருந்தால் இப்படி மகிழ்வோடு இருந்திருக்க மாட்டான் எனத் தோன்றியது.

மோயா என்ற மான் ஒரு குறிப்பிட்ட தூரம் வரை துணை வந்தது. நீ யாரைப் பிரிந்து இங்கே வந்திருக்கிறாய் என்று மோயாவிடம் கேட்டபோது அது விழித்தது. தன் விண்ணப்ப படிவத்தில் அந்தக் கேள்வியைத்தான் நிரப்பவில்லை என்று சொன்னது. மோயாவைப் பற்றி நான் மேலும் தெரிந்துகொள்ள விரும்பி பல கேள்விகளைக் கேட்டபோது அது பெரும்பாலும் மௌனம் காத்தது. தன்னைப் பற்றிய நினைவுகள் மெல்ல மெல்லத் தேய்ந்துகொண்டிருப்பதாகத் தெரிவித்தது. யாரைப் பிரிய வேண்டும் என்பதைக் குறிப்பிடாமல் பிரிவுக்கு வரும் ஒருவர் தன்னைத் தானே பிரிகிறார் என்று மோயா சொன்னது. அதில் என்ன இன்பம் என்று தெரியவில்லை.

அங்கே தொடர்ந்து வசிப்பது எனக்கு உகந்ததல்ல என்று ஆலோசனை திண்ணையில் அமர்ந்திருந்த ஒரு கிழவி நெறி சொன்னார். அதிமாந்தர் இனம் மனிதர்களாக இருந்தபோது அவர்களின் நரம்பணுக்களில் உணர்வுச் செய்திகளாக இருந்தவற்றைக் கொண்டுதான் இன்று நியூரோதேசம் என்ற சுற்றுலா காட்சியகங்கள் சித்திரிக்கப்பட்டிருக்கின்றன என்று விவரித்தார். மனிதர்களான பிறகு அவர்களால் குரங்கைப் போல் தாவ முடியாமல் போனது போல் அதிமாந்தர் நம்மால் மீண்டும் அக உணர்வுகளோடு வாழ முடியாது என்று பரிணாமம் பேசினாள் கிழவி. உணர்வுகளை வெறும் பொழுதுபோக்காக மாற்றியதுதான் நம் அதிமாந்தர் குலத்தின் அரிய சாதனையாம்.

எதிர்காலத்திற்கு என் கூடுதல் பணிநாட்களை விற்று பிரிவு தேசத்தை விட்டு பாதியில் வெளியேறினேன். சோதனைச்

சாவடியைக் கடந்தபோது மெல்ல மெல்ல பலரோடு தொடர்பு கொள்ள முடிந்தது. நீண்ட நாட்களுக்குப் பின் கெர்லியைப் பார்த்தபோது அதன் முகத்தில் என்னுடைய சாயலும் தெரிந்தது. என் பணியிடத்திற்கு வந்தபோது நான் உறக்கத்தை நகலெடுத்த பூ சிரிக்காமலே அழகாக இருந்தது.

உன்னைக் காண மட்டும் நான் சிறப்பு இணைப்புப் பெற வேண்டியிருந்தது. ஒரு நேர்முகத் தேர்வுக்குப் பின் அந்த இணைப்பு எனக்கு வழங்கப்பட்டு உன்னை மீண்டும் நான் சந்தித்தபோது இனம் புரியாத அழுத்தங்களை உணர்ந்தேன். உன் மீதான என் பார்வையில் தூய்மை கூடியிருந்தது. முதல்முறையாக என் நெற்றியில் ஒருவித வெப்பம் பரவி கண்கள் வழி ஒரு திரவம் வழிந்தது.

"தடுப்பூசி செலுத்த தவறிவிட்டாய் மூலா" என என் உள்ளங்கையில் அவசரசெய்தி ஓடி மறைந்தது.

பெருந்தவறு செய்தேனோ? வழிவது ஒரு நோய்க்கிருமியாக இருக்குமோ? வழியும் இந்த திரவத்தை தடுப்பதே அந்த மருந்தின் நோக்கமாக இருக்குமோ? தடுக்க வேண்டிய அவசியம்தான் புரியவில்லை. முதல் நொடி என்னை அதிர்ச்சிக்குள்ளாக்கிய அந்த திரவப் பொழிவு மெல்ல மெல்ல என்னில் இனிமைச் செய்தது. அதை ஒரு நோயாக நான் உணரவில்லை. நம் பிரபஞ்ச வாசிகள் அனைவரும் வாரம் ஒருமுறை சுவாசிக்கும் கட்டாய போதைக் காற்றை விட சுகமாக இருந்தது. கண்ணில் வழிந்த அந்த திரவம் என்னை அழுத்தங்களில் இருந்து சமநிலைக்கு அழைத்துச் சென்றது.

விதியை மீறியதால் இன்று தண்டிக்கப்பட்டிருக்கிறேன். என் தண்டனைக் காலம் முழுக்க அந்த திரவம் தந்த அமைதியே எனக்குத் துணையிருக்கும். கருங்குழியில் இருந்து மீளும்போது என் பெயரும் உருவமும் மாறியிருக்கலாம். உன் நட்சத்திரம் கண்டறிந்து நான்தான் மூலா என்று உன்னிடம் ஓடிவருவேன். என்னை ஏற்பதும் ஏற்காததும் அன்று நீ யாராக அல்லது எதுவாக இருக்கிறாய் என்பதைப் பொறுத்தது.

★

## சிவநேசன்

“மேஜர் இன்னும் நாலு நாளைக்கு பத்திய ஆகாரமா பாத்துக்குங்க. அந்தக் குப்பில இருக்கற புளியார பஸ்பத்த நேரம் தவறாம சேத்துக்குங்க. எந்தக் கடுப்பும் உங்கள ஒண்ணும் செய்யாது.”

கயித்து கட்டிலில் கைகள் ஊனி அமர்ந்திருந்த மேஜர் வில்லியம் ஹூப்பர் தன் கால்களை மோடாவில் நீட்டி யிருந்தார். தோள்பட்டையில் சிவநேசன் இட்ட பத்தின் கறைகள் அவர் வெள்ளை ஆடையில் ஆங்காங்கே படிந்திருந்தன. மேல் கோட் எதுவும் அணியவில்லை. இடுப்பில் தளர்த்தப்பட்ட சிவப்புப் பட்டை. புனித ஜார்ஜ் கோட்டையின் புல்வெளிக்கு பொன் நிறம் பூசியது போல் ஆரோக்கியமான தாடி. பழத்துண்டுகள் பொதிந்த ரொட்டிகளைச் சுவைத்துக்கொண்டிருந்தார். அது அவரே பட்டுத்துணியில் பொட்டலம் கட்டிக் கொண்டு வந்தது. கட்டிலுக்கு அருகில் ட்ராம் வண்டி முட்டையிட்டது போல் ஒரு கேமரா பெட்டி இருந்தது.

கட்டில் மோடா தவிர அமர்வதற்கு அங்கே கட்டாந்தரை இருந்தும் சிவநேசன் கைகட்டி ஓரமாய் நின்றிருந்தான். அவன் தலைப்பாகை மெல்ல மெல்ல அவன் தலையைத் தின்றுகொண்டிருந்தது. அடிக்கடி அதைச் சரி செய்தே களைத்து போனான். அவன் சட்டை வழி அண்ட சராசரமும் புகுந்து விளையாடிக்கொண்டிருந்தது. அந்தச் சட்டையை அணிந்தவனாக அல்லாமல் அது காயும் கொடியாக அவன் இளைத்திருந்தான். துரைமார்களுக்கு முன்னால்

அடிக்கடி பல்லிளித்து தாடியைச் சொரிந்து கொள்வது அவர்களுக்கு நாம் கீழ்படிந்திருக்கிறோம் என்பதை உணர்த்துகிற குறியீட்டு மொழி என்று யாரோ அவனுக்குக் அறிவூட்டியிருக்கிறார்கள். அவன் சொரிதலில் இயல்பு இல்லை எனினும் இளிப்பு இருந்தது. ஹூப்பர் அதை விரும்பியதாகத் தெரியவில்லை. தலைமுறைகள் மாறும்போது கீழ்ப்படிதலுக்கான குறியீடுகளும் மாறுகின்றன.

தான் தங்கியிருந்த அரண்மனை தெருவின் விடுதிக்குக் கடந்த இரண்டு வாரமாக சிவநேசனை வரச்சொல்லி தன் பாம்புக்கடிக்கு சிகிச்சையளிக்க சொன்னவர் இன்று அவரே அவனைத் தேடி வந்திருக்கிறார். அல்லது அவர் வந்த இடத்தில் அவனும் இருக்கிறான். “இங்கே பாம்புக்கடிக்கு வைத்தியம் பார்க்கப்படும்” என்று கரித்துண்டால் எழுதப்பட்டு வாசலில் தொங்கவிடப்பட்டிருந்த மரப் பலகைதான் அந்தப் பகுதியின் மற்ற குடிசைகளில் இருந்து சிவநேசனின் வைத்தியச்சாலையை வேறுபடுத்தி காட்டியது. உள்ளூர் சிப்பாய்கள் தங்கைய்யனும் தர்மராசனும் மேஜரின் பாதுகாப்புக்காக வாசலில் நின்றிருந்தார்கள்.

“யூ செட் யூ கேன் சிங்...”

மேஜர் பேசியது கேட்டு சிவநேசன் விழித்தான்.

“நீ.. நல்லா பாடுவே சொன்னே... ரைட் ?”

“பெரிய பாட்டுக்காரனெல்லாம் இல்லீங்க மேஜர். வாய்க்கு வந்த சுரத்துல எதாவது...”

“அந்த எதாவத பாடு.. ஐ வில் லிசின்.”

சிவநேசன் வெட்கப்பட்டான். அவன் தாடிக்கு உயிர் இருந்திருந்தால் அந்த வெட்கத்தைப் பார்த்து அது தரையில் உதிர்ந்து தற்கொலை செய்திருக்கும். வாசலில் இருந்த தங்கைய்யன் சிவநேசனைப் பார்த்து ‘கேக்கறாருல.. பாடு’ என்று கண்ஜாடை செய்தான்.

ஹூப்பர் பழத்துண்டு ரொட்டியைக் கடித்த வண்ணம் காத்திருந்தார். சிவநேசன் ஓர் ஒடுங்கலோசையோடு பாடத் தொடங்கினான்.

கருமேகக் கருண போல
கொலுவிருக்கும் காளிகம்பா
கம்பு சோளம் குதிரவாலி
அவிழ்பதமா தந்தியே
நெல்லுச்சோறு வெல்லப்பாகு
நாங்க பொங்க செஞ்சியே
கால வேள மொடா கஞ்சி
மால வேள மண்ணாங்கட்டி
ஞாயித்துனா பானையில
கோழிச் சாறு கொதிக்குமே

காடு திருத்தி கழனி செஞ்ச
பலசாதி கூலிக
அவிச்ச பயறு அள்ளி திண்ண
பூமி செழிக்க வச்சியே

பசு நெய்யு லட்டுருண்ட
கமகமக்கும் கும்மாணம்
பசி போக்கும் அறுஞ்சோறு
போருக்குப் பெருஞ்சோறு

காரக்கா பொடி தூவி
கொளத்து மீன மயக்கி பிடிச்சு
ஊருக்கே கொழம்பு வச்ச
ஓசத்தியெல்லாம் ஓஞ்சதோ

வாய் ருசியா பேய் ருசியா
திண்ணதென்ன ஆச்சுதோ
காலம் மாறி போச்சுதோ - அதி
காரம் மாறி போச்சுதோ

கவளஞ்சோத்த காவு வாங்க
தாது வருசம் வந்துச்சோ
காளமாடு கூட்டம் இங்க
தவளையாகி நொந்துச்சோ

தான் இளைப்பாறுவதற்கான இனிமை சிவநேசனின் பாடலில் இல்லை என்பதைப் பாதியிலே உணர்ந்தபோதும் வில்லியம் ஹூப்பர் அவனை நிறுத்தவில்லை. பாடலில் இருந்த பல்வேறு உணவு வகைகளைப் பற்றி அவனிடமே விரிவாகக் கேட்டுத் தெரிந்துகொண்டார். லட்டு கும்மாணம் என்று பாடியபோதும் சிவநேசனின் கவனம் முழுக்க மேஜர் ஹூப்பர் பொட்டலமாய் மடித்து தன் கால்சட்டை குழியில் திணித்த கடைசி ரொட்டி யில்தான் இருந்தது. அன்றைய சிகிச்சைக்கான சம்பளமாக அந்த ரொட்டியைக் கேட்க அவன் நேரம் பார்த்திருந்தான்.

"கருப்பன் வீடு..?"

ஹூப்பர் எழுந்தார்.

தங்கைய்யனும் தர்மராசனும் விழித்தனர்.

"எனக்குத் தெரியும் மேஜர்."

சிவநேசனும் அவரோடு நடந்தான்.

தங்கைய்யன் ஓடிச்சென்று ஹூப்பரின் கேமரா பெட்டியை எடுத்துக்கொண்டான்.

குடிசையை விட்டு வெளியே வந்தபோது படம் பிடிப்பதற்கு பதமான வெயில் அவரை வரவேற்றது. "பெர்பக்ட் டைம்" என்று ஹூப்பர் சிரித்தார்.

மதராஸின் பக்கிங்ஹாம் கால்வாயைச் சுற்றிய தொழிலாளர் குடியிருப்பின் நடைபாதை எங்கும் பிணங்கள். ஹூப்பர் நடந்துபோக ஏதுவாக தங்கைய்யன் ஒரு மாட்டின் பிணத்தை அப்புறப்படுத்தியபோது அதன் மடியில் அழுகிய நிலையில் ஒரு கிழவனின் பிணம் கிடந்தது. சிவநேசன் மட்டும் மூக்கைப் பொத்திக்கொண்டான். உணவு பற்றிய கற்பனைதான் சிவநேசனுக்கு உணவாக இருந்திருக்கிறது என்றும் அந்த கற்பனைக்கும் சத்தில்லாதவர்கள் இங்கே செத்துக்கிடக்கிறார்கள் என்றும் ஹூப்பர் எண்ணிக்கொண்டார்.

தொடர்ந்து இரண்டு ஆண்டுகளாக பருவமழை பொய்த்த நிலப்பரப்பில் விக்டோரியா மகாராணியின் முடியாட்சிக்கு விழா எடுத்துக்கொண்டிருந்தார் வைசிராய் லிட்டன் பிரபு.

பல லட்சம் குடிகள் பஞ்சத்தில் மாண்டபோதும் பிற காலனி ஆதிக்க நாடுகளுக்கு பெருமளவில் தானியங்களை ஏற்றுமதி செய்து கொண்டிருந்தது அரசு. தாது வருட பஞ்சம் என்ற பெயரில் காலத்தின் மீது பழிபோடும் ஆவணப்பணியை அரசாங்கம்

முடுக்கிவிட்டிருந்தது. நவீன புகைப்படக் கருவிகளோடு வில்லியம் ஹூப்பர் வந்து சேர்ந்தார்.

“விட்டா திருவல்லிக்கேணிக்கே கூட்டி போவ போலிருக்கே. ஐயம் டையர்ட்.”

“இல்ல மேஜர். அடுத்த தெருவுலதான் கருப்பன் வீடு.”

விஜயராகவாத் தெருவின் குறுக்குச் சந்தில் அவர்கள் திரும்பியபோது டெம்பிள் ஊதியம் பெறுவதற்காக சத்திர வாசலில் ஒரு நீண்ட வரிசை நின்றிருந்தது. வயது வந்தவர்களுக்கு ஆளுக்கு நாளொன்றிற்கு ஓர் அணாவும் நானூற்று ஐம்பது கிராம் தானியமும் வழங்க சுகாதார ஆணைய அதிகாரிகள் வந்திருந்தார்கள். வரிசையில் நின்றிருந்த பலரின் கால்களில் ஈரம் காயாத மலக்கழிவுகள். எங்கெங்கோ மிதித்து காலில் வாங்கியவற்றை சத்திரத் தெருவுக்குள் பத்திரமாய் கிடத்தியிருந்தார்கள். ஹூப்பர் தன் கைகுட்டை கொண்டு மூக்கின் துவாரங்களை அழுத்தி மூடினார்.

‘என்னயா தங்கம்.. அங்க பொணத்துக்கே பொத்தாதவரு இங்க பீக்கு பொத்தறாரு.’

சிவநேசன் தங்கைய்யனிடம் காது கடித்தான். அவன் சிவநேசனின் தலையில் தட்டினான்.

சத்திரத்தில் இருந்து நான்கு வீடு தாண்டி கருப்பன் வீட்டிற்கு அவர்கள் வந்தபோது கதவு பூட்டியிருந்தது. பக்கத்தில் விசாரித்தபோது கருப்பனும் அவன் குடும்பமும் அன்று காலைதான் இறந்துபோனதாக தகவல் சொன்னார்கள். புகைப்படத்தில் பதிவாக வேண்டிய எலும்பு புடைப்புள்ள குடும்பம் என்பதால் கருப்பன் வீட்டைத் தேர்ந்தெடுத்து வைத்திருந்தார் மேஜர். நேற்று அவர்களை படமெடுக்க வந்தபோது ஹூப்பருக்கு வெளிச்சம் போதவில்லை. இன்று வெளிச்சம் மட்டும் இருக்கிறது.

“ஊரு பூரா கருப்பன் குடும்ப கணக்காதான் வத்தி கிடக்கானுகோ. போட்டோ புடிக்க நிறைய ஆசாமி இருக்கு.”

ஹூப்பர் கவலையின் குறிப்பறிந்து தங்கைய்யன் அவரைத் தேற்றினான். சிவநேசனின் பார்வை மேஜரின் கால்சட்டை ரொட்டியில் ஆழப் பதிந்திருந்தது. அந்த நாள் முடிவதற்குள் மேஜருக்கு மறுபடியும் பசிக்க கூடாது என்றும் அந்த ரொட்டி தனக்கே கிடைக்க வேண்டும் என்றும் காளிகம்பாளை வேண்டிக்கொண்டான்.

அன்று காலை பிறந்த அந்த குழந்தை தாயின் வியர்வையைப் பால் என நினைத்து நக்கிக்கொண்டிருந்தது. ஹூப்பர் தன் கேமராவின் உலர் தகடுகளை சரிவர பொருத்துவதற்குள் குழந்தை உறங்கிவிட்டது. தங்கைய்யன் எவ்வளவு முயன்றும் எழுப்ப முடியவில்லை. ஹூப்பரும் அவர் ஆட்களும் அந்தத் தெருவை கடக்கும்வரை அந்த குழந்தை விழிக்கவில்லை. காய்ந்த மரத்தடியில் இறந்த குழந்தையோடு அமர்ந்திருந்த சிறுவன் ஒருவன் புகைப்பட பணிக்கு முழு ஒத்துழைப்பை வழங்கினான். மனிதர்களின் எண்ணிக்கையை விட பிணங்களின் எண்ணிக்கையே அதிகம் இருந்ததால் மேஜர் சோர்ந்துபோனார். கால்வாய் அருகே அமைக்கப்பட்டிருக்கும் நிவாரண முகாமில் பக்கத்து ஊரைச் சேர்ந்த ஏராளமானவர்கள் வந்திருப்பதாக தர்மராசன் சொன்னான்.

நிவாரண முகாம் கூடாரத்திற்குள் குறைந்தபட்சம் இருநூறு பேர் கூடியிருந்தார்கள். பெரும்பாலானவர்கள் விவசாயக் கூலிகள். அத்தனை பசியிலும் அவர்கள் துல்லிய வட்டம் கட்டி அமர்ந்திருந்தார்கள். நடுவில் தன் கேமரா பெட்டியோடு மேஜர் நின்றிருந்தார். சிவநேசனுக்கு மட்டும் அந்தக் கூடாரத்தில் சிங்ககுகையின் வீச்சம் அடித்தது. அதை ஆபத்து நிறைந்த தளமாக அவன் பாதங்கள் உணர்ந்தன. பசியில் படிநிலைகள் பற்றி ஜார்ஜ் கோட்டை அலுவலர் ஒருவர் சொன்னது அவன் நினைவுக்கு வந்தது.

ஆரம்பநிலை பசியில் இருப்பவர்கள் வளர்ப்பு நாய் போன்றவர்கள். நாம் சொல்வதை அவர்கள் கேட்பார்கள். உச்சநிலை பசியைத் தாண்டியவர்கள் குதிரைவண்டியில் அடிபட்ட நாய்கள். யாரையும் சீண்டாமல் இறந்துபோவார்கள். ஆனால் இடைபட்ட நிலையில் பசித்து கிடப்பவர்கள் வெறி நாய்கள். யாருக்கும் அடங்காத அசுர பலம் கொண்டவர்கள். அவர்கள் கண்களுக்கு கார்மேகம் கூட கறியாகத்தான் தெரியும். பசியாற அவர்கள் எதுவும் செய்வர். அந்த அலுவலர் அதிகாரத்திற்கு பக்கத்தில் இருந்ததால் நாய்களை உவமையாகச் சொல்லியிருக்கிறார். இந்த நிவாரண முகாமில் இருந்திருந்தால் புலிகளோடு ஒப்பிட்டிருப்பார் என்று சிவநேசன் நினைத்தான்.

மேஜர் அபாயகரமான ஓர் இடைநிலை வட்டத்திற்குள் சிக்கிக்கொண்டிருப்பதாக அவனுக்குத் தோன்றியது. விரைவில் அவரை வெளியேற்ற வேண்டும் என சிவநேசன் துடித்தான். எங்கிருந்தோ வீசிய தூசுக் காற்றால் ஹூப்பருக்கு தும்மல் வந்தது. தன் கால்சட்டை குழியில் இருந்து கைகுட்டையை எடுக்க அவர்

முனைந்தபோது பழத்துண்டுகள் பொதிந்த ரொட்டி தவறி கீழே விழுந்தது. ஒரு வெடிகுண்டு விழுந்ததைப் போல் சிவநேசன் சிலிர்த்தான். மண்ணில் விழுந்த ரொட்டியை மீண்டும் கையில் எடுக்க மேஜர் விரும்பவில்லை. அதுவரை ஊமையாகக் கிடந்த எலும்பு மனிதர்கள் அந்த ஒற்றை ரொட்டியைக் கண்டதும் உருமத் தொடங்கினர். சிவநேசன் திடுக்கிட்டான். சிப்பாய்கள் அந்த உருமலை எதிர்த்து சத்தமிட்டபோது ஒட்டடைக் கிழவன் ஒருவன் எழுந்து தங்கய்யனை ஓங்கி குத்தி தரையில் சாய்த்தான். மொத்த கூட்டமும் அந்த ரொட்டியை நோக்கி பாயப் போகிறார்கள் என்பதைப் புரிந்துகொண்ட சிவநேசன் சுண்டெலியின் வேகத்தில் மற்றவர்களை முந்தி ரொட்டியைக் கைப்பற்றினான். சிவநேசன் மீது பஞ்ச கூட்டம் பாய்ந்தது. அவன் தன் அனைத்து வல்லமையும் கொண்டு அவர்களை நாலாபுறமும் ஒதுக்கித் தள்ளி கூடாரம் விட்டு பறந்தான். அவனைப் பின் தொடர்ந்து பிடிக்க முகாமின் திரைகளைக் கிழித்துக்கொண்டு அவர்களும் வெளியே ஓடினார்கள். ஓர் ஆரம்ப பசியை இருநூறு அகோரப் பசிகள் துரத்தின.

பிணங்களைத் தாண்டித் தாண்டி ஓடி வந்த சிவநேசன் பக்கிங்காம் கால்வாயை அடைந்தான். திரும்பிப் பார்த்தான். இன்னும் பத்தே நொடியில் அந்த இருநூறு பேரும் அவனை நெருங்கிவிடுவார்கள். சிவநேசன் தன் சட்டைக்குள் ஒளித்து வைத்திருந்த ரொட்டியை நடுங்கிய விரல்களோடு எடுத்தான். எந்த தயக்கமும் இன்றி அதை கால்வாயில் வீசினான். முகாம் கூட்டத்தினர் சிவநேசனை நெருங்கியதும் கால்வாயில் ரொட்டி மிதப்பதைப் பார்த்து கடுங்கோபம் கொண்டனர். சிவநேசனை அடித்து வீழ்த்தி காலால் மிதித்தனர். அவன் ஒரு கையால் முகத்தையும் ஒரு கையால் குறியையும் மறைத்துக்கொண்டு முடிந்தவரை தன்னைப் பாதுகாத்தான். அடித்து ஓய்ந்த கூட்டம் மீண்டும் முகாம் நோக்கி நடக்க தொடங்கியது.

மேஜர் வில்லியம் சிவநேசன் அருகில் வந்தபோது அவன் ரத்தக் காயங்களோடு தவழ்ந்துகொண்டிருந்தான். அவன் சட்டை பொத்தல் பொத்தலாக கிழிந்திருந்தது. சட்டை நீங்கி உடல் தெரிந்தபோதுதான் அவனும் அந்த நிவாரண முகாமில் இருக்க வேண்டியவன் என்பதை ஹூப்பர் புரிந்துகொண்டார். சிப்பாய்கள் அவனைத் தூக்கி நிறுத்தினர்.

“என்ன சிவநேசன்... ஆர் யூ கிரேசி?”

மேஜரின் தொனியில் கோபம் இருந்தது.

“அந்த பிரெட்.. ஜஸ்ட் எ பிரெட்..

அத அங்கயே விட்டிருக்கலாம்.

அத எதுக்கு எடுத்திட்டு வந்து தண்ணில போட்ட?

வாட்ஸ் ஹேப்பனிங்?"

சிவநேசன் தன் உதட்டின் ரத்த பிசுபிசுப்பை மீறி பேசினான்.

"மேஜர்.. நாங்க பசியோட செத்துப் போனா அது சர்க்காருக்கு சிறும. ஆனா பசில ஒருத்தன ஒருத்தன் கொன்னுகிட்டாய்ங்கன்னு பழியோட செத்துப் போனா எங்க சந்ததிக்குச் சிறும. அப்படியாப்பட்ட ரொட்டி எங்க சனத்துக்கு எதுக்கு?"

வில்லியம் ஹூப்பருக்கு அந்த பதில் பிடிக்கவில்லை. சிவநேசனைக் கைதாங்கலாய் பிடித்து அவன் வீட்டிற்கு அழைத்துச் செல்லும்படி சிப்பாய்களுக்கு உத்தரவிட்டார். அதற்கு அவசியமில்லை என்று சைகையில் சொல்லிவிட்டு அவன் மெல்ல நடந்தான்.

---

குறிப்பு : கதை நிகழும் 1876-78 ஆண்டுகளில் சென்னை மாகாண பெரும் பஞ்சத்தில் எடுக்கப்பட்ட புகைப்படங்களின் தொகுப்பு உலக பஞ்ச வரலாற்றில் முக்கியத்துவம் வாய்ந்த ஆவணமாகக் கருதப்படுகிறது.

## எல்விஸ்

பிஸ்மார்க் அலைகள் எல்விஸ் கிரேடனுக்கு புதிதல்ல. அவருடைய முப்பதுகளில் அங்கே சுற்றுலா படகுகளின் பொறியாளராக வலம் வந்திருக்கிறார். பப்புவா நியூ கினியா தீவு தேசத்தின் தனியார் கடல்சார் ஆய்வகத்தில் பணிபுரிய தொடங்கியது முதல் தலைநகர் மோரிஸ்பியின் நீல எல்லைகளை விட்டு அவர் நீண்ட தூரம் பயணித்ததில்லை. தற்போது தலைநகரின் கரையில் இருந்து ஐநூறு கிலோமீட்டர் தொலைவில் இருக்கும் பிஸ்மார்க் கடற்பரப்பில் கனிந்தும் கனியாத மாம்பழங்களைச் சுவைத்துக் கொண்டிருக்கிறார். ஆழ்கடல் சுரங்கப் பணிக்கு சர்வதேச பெருங்கடல் ஆணையம் அனுமதி வழங்கிய அப்பகுதியில் தன் கப்பலை நிலைநிறுத்தியிருக்கிறார். ஓய்ந்திருக்கும் ஒற்றைச் சிறகு போல் ஒரு சிறிய கப்பலும் உடன் இணைக்கப்பட்டிருந்தது. அதில் நூற்றுக்கும் மேற்பட்ட காலி பீப்பாய்கள் காணப்பட்டன.

முதல் தளத்தில் அமைக்கப்பட்டிருந்த கட்டுப்பாட்டு அறையில் மாம்பழத் தோலை மடித்து குப்பைத் தொட்டியில் வீசிவிட்டு எலுமிச்சை தேநீரோடு அமர்ந்து தன் கணினிக்கு விழிப்பூட்டி மோரிஸ்பி அலுவலகப் பதிவேட்டில் தன் வருகையைப் பதிவு செய்தார் எல்விஸ். கப்பலின் அடித்தளத்தில் பொருத்தப்பட்டிருந்த இருபெரும் எந்திரங்களைக் கூர்ந்து கண்காணிக்க கட்டுப்பாட்டு அறையில் இரண்டு திரைகள் தயார் நிலையில் இருந்தன. திரைக்கு ஒருவர் அமர்ந்து ஒளிப்பட ஓட்டத்தை சோதனை செய்து கொண்டிருந்தனர்.

ஆக்சிலரி கட்டர் என்ற எந்திரத்தின் வரைக்குறிப்புகளை தன் மேசையில் விரித்துவைத்தார் எல்விஸ். பாதங்களில் முள் பற்கள் முளைத்த டைனாசர் பறவையைப் போல் அந்த எந்திரம் வடிவமைக்கப்பட்டிருப்பதாக தன் ஊழியர்களிடம் சொல்லி சிரித்தார். அவர்களுக்கு அந்த உவமை பிடிபடவில்லை. பேரனோடு அதிக நேரம் விளையாடுவதால் எல்விஸ்சின் கண்களுக்கு மட்டும் அது அத்தகைய உருவமாக தெரிந்திருக்கலாம். பல்க் கட்டர் என்ற இரண்டாவது எந்திரம் கூடுதல் பற்களையும், அதிவேகமாக விரிந்து செயல்படக் கூடிய நெடிய இரும்புக்கரத்தையும் கொண்டது என்று திரையைச் சுட்டி விளக்கினார். ஐம்பது அடி நீளமும் இருபது அடி அகலமும் கொண்ட பல்க் கட்டரை திரையில் சில நொடிகள் உற்று நோக்கியபோது எல்விஸ்சின் எண்ணத்தில் சில கேள்விகள் துளிர்த்தன. அவை அவரின் மொட்டைத் தலையிலும் தளர்ந்த தாடியிலும் மின்னி மறைந்தன.

வட்ட ஜன்னல் வழி நீர்நிலையின் துறவாடலை ரசித்து கொஹிபா க்யூபன் சிகாரை புகைத்துக் களித்து முதல் தளத்தில் இருந்து அடித்தளத்திற்கு படியிறங்கினார் எல்விஸ். கட்டர் எந்திரங்களின் வால் பகுதியில் இருந்து பீப்பாய் கப்பலின் மேல்துவாரங்களுக்குச் செல்லும் இணைப்புக் குழாயின் திறவுகோல்களை சோதித்தார். பல்க் கட்டரின் அருகே அவர் நின்றிருந்தபோது அதன் பற்களில் சிக்காத மாமிசத் தூளாகத் தன்னை உணர்ந்தார். மீண்டும் படியேறி முதல் தளத்திற்கு வந்தபோது ‘சோல்வார்’ என்று பெயரிடப்பட்ட உலகின் முதல் ஆழ்கடல் சுரங்க செயல்முறைக்கு ஆயத்தமானார்.

எந்திரங்களை இயக்கப்போகும் பகுதியில் எத்தனை சதுர அடி பச்சையம் இருக்கிறது என்ற குறிப்பையும், ஐயாயிரம் அடி ஆழத்தில் இருக்கும் கனிம பாறைகளின் பரப்பளவையும், கடலின் அழுத்தத்திற்கு ஏற்ப எந்திரங்களின் செயல்திறனை மாற்றியமைக்கும் கட்டுப்பாட்டு அறையின் இயக்கவியல் தகவல்களையும் ஒரு முன்னோட்ட இதழாக தன் அலுவலகத்திற்கு அனுப்பி வைத்தார் எல்விஸ். மோரிஸ்பி ஆய்வாளர்கள் அந்தத் தரவு இதழை கலந்தாலோசித்து விட்டு பணி தொடங்குவதற்கான இறுதி அனுமதியை எல்விஸ்சுக்கு வழங்கினர்.

ஆழ்கடலைப் படமெடுக்கும் ஒளிப்பதிவு குழாம் கடலில் இறக்கப்பட்டது. அதுவும் ஒரு கடல் பிராணியைப் போல் நீரொடு கலந்தது. இரண்டாயிரம் அடி வரை தெளிவான படங்களை அனுப்பிய அக்குழாம் அதற்கும்கீழ் சென்றபோது ஒளிப்பிறழ்ந்த காட்சிகளையே தந்தது. எல்விஸ்சின் கவனமெல்லாம் அடுத்து

களமிறங்கிய ஆக்சிலரி கட்டரின் மீதுதான். எந்தத் தளத்தில் இருந்து மலைகளையும் பாறைகளையும் பெயர்த்தெடுக்க வேண்டுமோ அந்தத் தளத்தை சமப்படுத்துவதே ஆக்சிலரி கட்டரின் பணி. கூர்மையான முனைகளையும், கரடு முரடான பாதைகளையும், அடர்த்தியான தாவரக் கிளைகளையும் சுறா மீன்கள் வால்பந்து ஆடவல்ல சமவெளியாக மாற்றியது அந்த முதல் எந்திரம். திரை வழி கண்காணித்து எந்திரத்தை வெவ்வேறு திசைகளில் செலுத்தி கனிமத்தொகுதி முழுவதையும் சமப்படுத்தினார் எல்விஸ். தரையில் இருந்து ஐநூறு அடி வரை ஒரு கலவரச் சூழலாகக் காட்சியளித்தது. அடி ஆழத்தில் பெயர்ந்து எழும் எல்லாமே உருவமற்ற ஒரு சூனியக் குழம்பாகத் திரண்டன. தன் மனைவி இறந்தபோது தன் மனதைப் படம் பிடித்திருந்தால் அது இப்படித்தான் இருந்திருக்கும் என்று எல்விஸ் நினைத்துக்கொண்டார். ஆக்சிலரி கட்டரின் இணைப்புக் குழாய் வழி அந்தக் குழம்பு உறியப்பட்டு கடலின் வேறொரு திசைக்கு மடைமாற்றப்பட்டது.

நானூறு டன் எடைகொண்ட பல்க் கட்டர் கப்பலின் அடித்தளத்தில் இருந்து பிரிந்தது. ராட்சச பற்களோடு அது தரை இறங்கியது. எல்விஸ்சிக்கு இரண்டாவது எந்திரத்தின் மீது திடமான நம்பிக்கை இருந்ததால் அதை கண்காணிக்கும் பொறுப்பை தன் ஊழியர்களிடம் விட்டுவிட்டு படியேறி மேல்தளத்திற்கு வந்தார். தன் செல்பேசியில் கடலின் வெவ்வேறு பரிமாணங்களை படம் எடுத்தார். பல்க் கட்டர் கனிமத் தொகுதிகளுக்குள் புகுந்து பாறைகளைப் பெயர்த்து, எட்டு மைக்ரானுக்கு மேல் அளவுகொண்ட

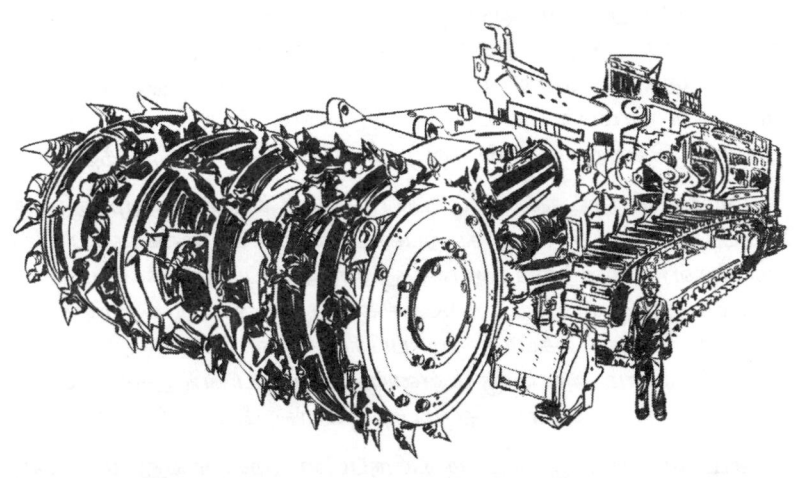

துகள்களைத் தன் இணைப்புக் குழாய் வழியாகத் துணைக் கப்பலில் இருக்கும் பீப்பாய்களில் நிரப்பிக்கொண்டிருந்தது.

நிரம்பி வழியும் பீப்பாய்களை உலகக் கனிமப்போரின் சிப்பாய்களாகக் கற்பனை செய்துகொண்டார் மேல்தளத்தில் நின்றுகொண்டிருந்த எல்விஸ். அந்தக் கற்பனையை விட்டுத் தப்பிக்கும் முன் ஒட்டுமொத்த கப்பலையும் படபடவென உலுக்கியது ஒரு மின்சார பேரதிர்ச்சி. அதுவரை அவர் ரசித்திருந்த பீப்பாய்கள் சில கவிழ்ந்து உருண்டன. எல்லா திசைகளிலும் ஓடி கடற்பரப்பை உற்று நோக்கினார். கடலில் பெருநகர்வு எதுவுமில்லை. நில அதிர்வாக இருக்குமோ என எண்ணி படிகளில் இறங்கி முதல் தளத்தின் கட்டுப்பாட்டு அறைக்குள் நுழைந்தார். அவர் கண்கள் திரையில் பாய்ந்து பல்க் கட்டரைத் தேடின. அது பற்களை நீட்டிக்கொண்டு செயலிழந்து நின்றது. ஒளிப்பதிவு குழாமின் அனைத்து கருவிகளிலும் கீறல் விழுந்திருந்ததால் காட்சிகளும் உடைந்திருந்தன.

பிஸ்மார்க் கடல் பகுதியில் எரிமலைத் தொடர்கள் இருப்பதை எல்விஸ் அறிந்திருந்தார். ஆனால் அதிர்வுகள் எதுவும் எழவில்லை என்று சீஸ்மோமீட்டர் தகவல் சொன்னது. திரையில் ஆழ்கடல் பெரும்பிராணிகளின் அசைவுகள் எதுவும் பதிவாகவில்லை. கனிமத் தொகுதியில் உள்ள மூன்றாவது பாறையை உடைக்கும்போது அதிர்ச்சி நேர்ந்ததாக ஊழியர் ஒருவர் சொன்னதை அவர் சக ஊழியர் மறுத்தார். இரண்டாவது பாறையைத் தகர்க்கும்போதே எந்திரத்தின் செயல்பாட்டில் மாற்றங்களை உணர்ந்ததாக அவர் விளக்கினார். எந்திரத்தை மீண்டும் இயக்கும்படி எல்விஸ் ஆணையிட்டார். பொறியாளர்களும் பிற ஊழியர்களும் தவறவிட்ட தங்கள் நரம்புகளைத் தேடியெடுத்து பொருத்திக்கொண்டு பணிகளைத் தொடர்ந்தனர். பல்க் கட்டர் சீராக இயங்கியது. மீண்டும் பீப்பாய்கள் நிரம்பத் தொடங்கின. இணைப்புக் கப்பலுக்கு பாலம் வழியாகச் சென்ற எல்விஸ் கவிழ்ந்த பீப்பாய்களை நிமிர்த்தினார்.

இரண்டு நாட்களுக்குப் பின் மோரிஸ்பி துறைமுகத்திற்கு திரும்பியது எல்விஸ் குழு. கடற்படையின் பரிசோதனைக்குப் பின் பீப்பாய்கள் அனைத்தும் ஆய்வகத்திற்கு அனுப்பி வைக்கப்பட்டன. தன் பயண முழுமையை சர்வதேச கடல் படுகை ஆணையத்திற்கு காணொளி அறிக்கையாக சமர்ப்பிக்க வேண்டும் என்று எல்விஸ்சின் நிறுவனம் அவருக்கு மின்னஞ்சல் அனுப்பியிருந்தது. தனக்கு ஒருவாரம் கால அவகாசம் தரும்படி எல்விஸ் கேட்டுக்கொண்டார்.

சவனா அடுக்குமாடி குடியிருப்பின் மூன்றாவது மாடியில்

அமைந்திருக்கும் வீட்டை விட்டு மூன்று நாட்களாக அவர் வெளிவரவில்லை. விடுமுறைக்காக வெளிநாடு சென்றிருப்பதால் அவர் பேரனும் ஓடிவந்து கதவு தட்டவில்லை. எல்விஸ் தன் தாய் தந்தையரின் பழைய புகைப்படங்களை மீண்டும் மீண்டும் புரட்டிக்கொண்டிருந்தார். தினமும் பத்து மணிக்கு துயில் கொள்பவர் ஏழு மணிக்கே போர்வை விரித்தும் அந்த வாரத்தின் எல்லா உறக்கங்களும் கிழிசல்களோடுதான் கடந்தன.

கூட்டு பிரார்த்தனை நிகழ்வுகளின்போது மட்டுமே தேவாலயத்திற்கு சென்ற எல்விஸ் யாருமற்ற பொழுதுகளில் தனியாகச் சென்று திரும்பினார். மாதம் ஒருமுறை பதிக்வா கல்லறையில் தன் மனைவி கேரலினின் சமாதியில் இரண்டு கண்ணீர்த்துளிகளைத் தந்து ஒரு அமைதியை வாங்கி வந்தவர் தொடர்ந்து நான்கு தினங்களாக காலையும் மாலையும் அவள் முகத்தின் அருகே நாற்காலியிட்டு அமர்ந்திருந்தார். நாற்காலியை மடித்து தன் மார்போடு அணைத்துக்கொண்டு அந்த கல்லறைவிட்டு அவர் வெளியேறும்வரை வானம் தன் நிறங்களைக் கூட மாற்றிக்கொள்ளாமல் மௌனம் காத்தது.

காணொளி அறிக்கையை சமர்ப்பிக்க இரண்டு மணி நேரமே இருந்தபோது எல்விஸ் தன் கணினியில் அலுவலகத்தளத்திற்குள் நுழைய பெயரை நிரப்பினார். பெயருக்குக் கீழ் நிரப்ப வேண்டிய கடவுச்சொல் ஒரு நீண்ட சிந்தனை போராட்டத்திற்கு பின் அவர் நினைவுக்கு வந்தது. அறிக்கை பகுதியில் காணொளியைத் தேர்ந்தெடுத்தார்.

அது ஆய்வகத்தின் தலைமைச் செயலர் கெவின் ஜானுக்கான மின்னஞ்சல் பக்கத்தில் இணைந்தது. தன் அறிக்கையை எல்விஸ் பதிவு செய்ததும் அந்தக் காணொளி கெவினுக்கு மின்னஞ்சலாகப் பதிவாகும். கணினியின் ஒளிப்பதிவான் படம்பிடிக்க தயாரானது. எல்விஸ் ஒரு புன்முறுவலோடு தொடங்கினார்.

கெவின்..

கடல் படுகை ஆணையத்திற்கு என் அறிக்கையை அனுப்பும் முன் உங்களுக்கு அனுப்ப தோன்றியது. இது போதுமானதாக இருந்தால் நீங்களே இதை ஆணையத்தோடு பகிர்ந்துகொள்ளுங்கள்.

‘சோல்வார்’ என்று பெயரிடப்பட்ட நம் செயல்திட்டம், எத்தனை மணிக்கு, எங்கே, எத்தனை பேரோடு தொடங்கியது போன்ற செயலாக்க தகவல்களை ஒரு தனி படிவத்தில் நிரப்பி யிருக்கிறேன். தாமிரம், கோபால்ட், நிக்கல், தங்கம் ஆகிய

உலோகங்களை நாம் எதிர்பார்த்தபோதும் தாமிரம் மட்டுமே அதிக அளவில் கிடைத்திருக்கிறது. அனுமதி வழங்கப்பட்ட எல்லா பகுதிகளிலும் நாம் நடவடிக்கை மேற்கொள்ளவில்லை என்றபோதும் ஆழ்கடல் சுரங்கம் குறித்த உறுதியற்ற கருத்தியலைத் தொடங்க இந்தப் பயணம் உதவியிருக்கிறது.

இருபெரும் எந்திரங்களும் எந்தத் தடையுமின்றி செயல்பட்டன. ஆனால் அடுத்த தயாரிப்பில் நீர் அழுத்தத்திற்கு ஏற்ப எந்திரங்களின் எடையை மாற்ற வேண்டிய அவசியமுள்ளது. புதிய கருவிகளையும் இதில் பொருத்தவேண்டிய தேவையிருக்கிறது. கடல்வாழ் உயிரினங்கள் நம் பணி நடைபெறும் எல்லைகளுக்குள் வருவதை தவிர்க்க நுண்ணொலி எழுப்பக் கூடிய ஒலிப்பான்களை கட்டர் எந்திரங்களில் இணைக்கலாம்.

கழிவுகளை வெளியேற்றும் குழாய்களுக்கு உப்புநீர் எதிர்ப்பாற்றல் போதவில்லை.

இன்னும் சில பரிந்துரைகளை நான் எழுதி வருகிறேன். விரைவில் அனுப்பிவைக்கிறேன். இவை யாவும் என் நிறுவனத்திற்கான ஊழியனாய் நான் செய்யும் கடமை. என் கேள்வியெல்லாம் நிறுவனத்தின் கடமை என்ன என்பதுதான்.

கரியமிலமற்ற எதிர்காலத்தை உலகம் கனவு காண்கிறது. நவீன எரிசக்திகளை நோக்கி நாம் முன்னேற நினைக்கிறோம். ஆனால் நிகழ்காலத்தில் நின்று நாம் காணும் எதிர்காலமும் நிஜமான எதிர்காலமும் வெவ்வேறாக இருக்கலாம். நமது இந்த ஓட்டத்தில் புற்றுநோயை குணப்படுத்த உதவும் சில கடல்பாசிகளை இழக்கப் போகிறோமா? கரிபியன் ஆக்டோகோரல் சாறு நமக்குத் தரும் மருத்துவ மகிமைகளை மறந்துபோக வேண்டுமா? கூம்பு நத்தை வழி நமக்கு கிடைக்கும் வலி நிவாரணம் வேண்டாமா? ஞானமுள்ள கேள்விகளைப் போல் தோற்றமளித்தாலும் இவை அனைத்தும் மனிதவளத்தைப் பற்றி மட்டுமே கவலைப்படும் சுயநலப் புலம்பல்கள். மழையின் அர்த்தம் நம் வாழ்வின் ஒவ்வொரு பருவத்திலும் மாறுவது போல் ஒரே அனுபவம் வெவ்வேறு வயதில் வெவ்வேறு கேள்விகளை விளைவிக்கின்றன. நான் பயணித்த ஒரு சில கப்பல்கள் விபத்துக்குள்ளாகியிருந்தாலும் சோல்வார் திட்டத்தில் எனக்கு ஏற்பட்ட காயம் புதிது. ஒரு புதிய காயம் ஒரு பேருண்மையின் அறிமுகம்.

பல்க் கட்டர் எந்திரம் இயங்கிக்கொண்டிருந்தபோது கப்பலில் ஏற்பட்ட அதிர்ச்சி எதனால் நேர்ந்தது என்பதைத் திட்டவட்டமாக கூற இயலவில்லை. நம்மிடம் இருந்த எந்தக்

கருவிகளிலும் அறிகுறியோ ஆதாரங்களோ பதிவாகவில்லை. அந்த இருண்மைக்கு பின் காற்றாலையில் ஓர் ஓலம் நிறைந்து நீண்ட நேரம் நிலைத்தது. என் குழுவைச் சேர்ந்தவர்கள் நிபுணத்துவம் மறந்து நின்றனர். அவர்களுக்கு மீண்டும் எழுத்தறிவித்து எழுப்புவதற்கு சில மணித்துளிகள் ஆயின. அந்த அதிர்ச்சிக்கு பின் மையக் கப்பலில் இருந்து பாலம் வழி இணைக் கப்பலுக்குச் சென்று அங்கே கவிழ்ந்து கிடந்த பீப்பாய்களை நிமிர்த்தினேன்.

பீப்பாய்களின் குவியலில் பாறைக்கூழுக்கிடையே மிகச் சிறியதோர் உயிரினம் சிக்கிக்கொண்டிருப்பதை பார்க்க முடிந்தது. அது பறவையா மீன்குஞ்சா அல்லது தாவரமா தெரியவில்லை. ஒரு காய்ந்த புல்லில் எறும்பின் கால் தடம் பதிந்தது போல் அதன் குறுகிய மேனியில் சில புள்ளிகள். அந்த புள்ளிகளின் சிலிர்ப்பை வைத்தே அது உயிரினம் என்று உறுதி செய்தேன். பீப்பாய் குவியலை மேலும் அள்ளிக் கலைத்தபோது அதே இனத்தை பல அடுக்குகளில் காண முடிந்தது. சிறகும் மூக்கும் இடம்பெயர்ந்திருந்த மற்றுமோர் உயிரினத்தை வேறு சில பீப்பாய்களில் பார்த்தேன். நீரை விட்டு வெளியேறிய மீன்களைப் போல் பதறித் துடிக்காமல் நிதானமான தாளத்தில் அவை துடித்தன. மரணத்தை வரவேற்பதில் என்ன அவசரம் என்பதைப் போல் அவை மெல்ல மெல்ல உயிர் நீங்கின. அந்தக் கப்பலில் இருப்பவை கடவுளின் பீப்பாய்கள் என்றும் புதிய உலகத்தை உருவாக்க அவர் நிறைவேறாத ஆசைகளோடு இறந்துபோன உயிர்களைச் சேமித்து எடுத்து செல்கிறார் என்றும் எனக்குள் ஒரு கதையாடல் கேட்டது.

இதுவரை மனிதர்களின் நிழல் படாத ஓர் ஆழ்கடல் கிராமத்தோடு நாம் தொடர்புகொண்டதாக நினைக்கிறேன். அந்தத் தொடர்பு ஏற்படுத்திய அதிர்ச்சிதான் ஐயாயிரம் அடிக்கு மேல் பயணித்திருக்கிறது என்று கருதுகிறேன். இதுவும் ஒரு அனுமானம்தான். நம் கண்ணுக்குப் புலப்படாத பல ரகசியங்களை இந்த பூமி இன்னும் நிகழ்த்திக்கொண்டுதான் இருக்கிறது. புள்ளிவிவரங்களுக்குள் சிக்காத புரிதல்கள் நம் வாழ்வெளி எங்கும் பரவி கிடக்கின்றன. அவற்றை வெறும் ஆய்வுக் கூட சூத்திரங்களாகச் சுருக்க முடியாது. அண்டச்சங்கிலியில் எல்லாம் ஒன்றோடொன்று பிணைந்ததுதான். அந்தப் பிணைப்பை மனிதர்களுக்காக மட்டுமே தொடர்ந்து பயன்படுத்தினால் பிளவு விளையலாம். அண்டத்தில் இருந்து பிளவுற்று வாழ நாம் தகுந்தவர்களா?

யார்க் தீவுகளின் கடல் தேவதை தத்துவத்தில் எனக்கு நம்பிக்கை இல்லை. ஆனால் பிஸ்மார்க் பயணத்திற்கு பிறகு காணாதவை மீதும் இல்லாதவை மீதும் தேடல் அதிகரித்திருக்கிறது. போரில் மரணித்த

என் தாய் தந்தையரின் புகைப்படங்களை கடந்த ஒருவாரமாக புரட்டிக்கிடக்கிறேன். தேவாலயத்தின் மெழுகுவத்திகளைப் பெயர் சொல்லி அழைக்கிறேன். என் மனைவி கேரலின் இறுதியாக என்னிடம் பேச நினைத்த வார்த்தைகளை அவள் சமாதியில் அமர்ந்து புரிந்துகொள்ள முயற்சிக்கிறேன். அவள் பெருங்கடலின் தாளத்தில் தொடர்ந்து பேசிக்கொண்டிருக்கிறாள்.

புதிய கண்டுபிடிப்புகளை மனிதகுலத்தின் பாய்ச்சல் என்று குறிப்பிடுவது நம் வழக்கம். பாய்ச்சலுக்கும் மீறலுக்கும் இடையே மிகச்சிறிய கோடுதான் இருக்கிறது. இயற்கையை மீறுவதால் யாருக்கு நீடித்த லாபம் என்ற கேள்விக்கு என்னிடம் பதில் இல்லை. உங்களிடம் கேள்வியே இல்லை என்பதுதான் என் கவலை.

★

---

[குறிப்பு: 2011ஆம் ஆண்டு பப்புவா நியூ கினியா அரசு ஆழ்கடல் சுரங்கப் பணிக்கு அனுமதிவழங்கியது. அடுத்த சில ஆண்டுகளில் நிதி மற்றும் சூழலியல் காரணங்களினால் அந்தத் திட்டம்கைவிடப்பட்டது. தற்போது உலகின் பல நாடுகள் அவரவர் கடல் எல்லைகளில் சுரங்கப்பணிகளை மேற்கொள்வதற்கான முயற்சிகளில் ஈடுபட்டிருக்கிறார்கள்.]

### நாகமன்

**கோ**ரம்பள்ளம் கொல்லந்தெருவில் நான்காவது இடமூலையில் கிடக்கிறது நாகமன் வீடு. அன்று மாலைதான் ஊர் திரும்பினான். மறுநாள் திருச்சி சிறை வளாகத்தில் விசாரணை. அரசின் தண்டனைச் சட்டம் நாகமனை விட்டுவைக்க போவதில்லை. தூக்கு அல்லது தொள்ளாயிரம் சாட்டைகள். ஏற்கனவே இறந்து போன அவனுக்கு தண்டனை பயம் இல்லை. தனக்காக குலதெய்வ பீடத்தில் விளக்கேற்றி வீட்டின் மண்சுவரில் தலைசாய்த்து தன் தண்டட்டிக்கும் கேட்காமல் கண்ணீர் வடித்திருந்த பொஞ்சாதி எல்லம்மா இனி என்ன செய்வாள் என்பதே அவன் நெஞ்சில் நிலவும் கேள்வி. தன் மரணத்திற்கு பின் அவளை ஆசைநாயகியாக அழைக்க துணிவர்

கயவர்கள். அந்தவொரு இழிநிலையில் அவள் தம் ஐந்து மாத பெண் குழந்தை ஆவுடையாளோடு ஆற்றில் முழுகி மாய்ந்துபோகவும் தயங்காள். அவள் வாழவேண்டும். எனில் தான் வாழவேண்டும். அதற்கு ஒரே வழி தன் ஊர் எல்லையை விட்டுத் தப்பிக்க வேண்டும். நடந்த சம்பவம் தேச விசுவாச குற்றப் பிரிவின் கீழ் வருவதால் நாகமனின் குதிரையும், வாளும், எழுத்தாணியும் பாஞ்சாலங்குறிச்சி பாளையத்தின் பாதுகாப்புத் துறையால் அன்று மாலையே பறிமுதல் செய்யப்பட்டன. ஒருநாள் இரவு மட்டும் தன் மனைவி குழந்தையோடு தங்கியிருக்க விண்ணப்பத்திருந்தான். அதை ஏற்று ஊர்க்காவல்படையின் ஆறு காவலர்கள் திசையடைத்து வட்டமிட்டு அவனை வீட்டுக்காவலில் வைத்திருந்தனர். விடிந்ததும் நாகமனைத் திருச்சிக்கு அழைத்துச் செல்ல மையப்படை வீரர்கள் வரும்வரை ஊர்க்காவல்படை ஆயிரங்கண்ணால் விழித்திருந்தனர். இரவு தேயத் தேய நாகமனின் இதயம் தேய்ந்தது.

சில மாதங்களுக்கு முன் நெற்கட்டாஞ்செவ்வலின் சங்கரன் கோயில் வாசலில் பட்டுத்துணி போர்த்திய ஐம்பது யானைகள் தம் தும்பிக்கையை விட கனமான மாலைகளைச் சூடியிருந்தன. தென்பாண்டி நாட்டின் ஆகச்சிறந்த பொறியாளர்கள் முதல் வரிசையிலும், காலாட்படைத் தளபதி செம்புலி கருப்பனும் அவர் வீரர்களும் இரண்டாவது வரிசையிலும், வடகரை தென்மலை பாளையங்களின் பிரதிநிதிகள் மூன்றாவது வரிசையிலும், கட்டடக் கலை வல்லுனர்கள் நான்காவது வரிசையிலும் காணப்பட்டனர். கொத்தள வடிவமைப்பாளர்கள் கூடியிருந்த ஐந்தாவது வரிசையில் நாகமன் நின்றிருந்தான். எல்லாரும் வாசுதேவநல்லூரில் குலசேகரன் கோட்டையை எழுப்புவதற்கான உத்தரவு வாங்க வாசல் மண்டபத்தில் அணிவகுத்து காத்திருந்தனர். கூழைப்பிரானுக்கு வாகை மலர்களைத் தூவும் மாமன்னரின் நீண்ட கரங்களை நாகமனால் காண முடிந்தது. அவர் திருமுகம் தரிசிக்க அவன் பேராவல் கொண்டிருந்தான். அவன் நின்ற இடத்தில் இருந்து அவர் முகம் காண சாத்தியமில்லை. மலர் தூவிய மன்னர் கரங்கள் குவிந்தன.

காட்டுச்சீயத்தின் கர்ஜனையில் செந்தூரம் சேர்ந்தாற் போல் கருவறையில் இருந்து கலசம் வரை ஓங்கி ஒலித்தது மாமன்னர் பூலித்தேவனின் மாயக்குரல்.

உன் கமலத்தை என் நாவறியாய் உமை சங்கரனே புகலக்கேண்மின்
தீங்கு புரிமூவாசை வினையில் சிக்கி உழலும் அடியேன் தன்னை
ஓங்கயுள்சூழ் உலகமதில் உனையன்றி எனைக்காக்க ஒருவருண்டோ
ஈங்கெழுந்தரும்புரியும் இன்பவாருதியே இறைவனே போற்றி போற்றி

அவர் தமிழும் குரலும் திமிரும் எதிரொலியும் நாகமனின் உள்ளத்தில் சங்கரனைக் கரைத்தூற்றி காற்றில் கடந்தது. பூசை முடிந்ததும் கூடியிருந்த அனைவருக்கும் அமைச்சர் மயிலப்பன் திருநீறு தந்து கோட்டைப் பணிக்கு உத்தரவு வழங்கினார்.

அடிக்கல் பாறைகளை சுமந்துகொண்டு யானைகள் ஐம்பதும் வெளியேறின.

பூசைக்கு பின் கோயிலின் சுரங்க கூடத்தில் தியானத்தில் ஆழ்தல் மன்னர் வழக்கம். சன்னதி விட்டு மன்னர் வருவார் எனக் காத்திருந்த நாகமனுக்கு அது தெரிந்திருக்க வாய்ப்பில்லை. தன் சக ஊழியர்கள் கலைந்துச் சென்றும் அவன் மன்னரின் முகம் காண விழைந்தான். அடுத்து பொறியாளர் கொத்தளத்தார் சந்திப்பு இருந்ததால் நீண்ட நேரம் அவனால் காத்திருக்க முடியவில்லை.

பாண்டிய மன்னர்களால் ஐந்து மண்டலங்களாக நிர்வாகிக்கப்பட்டு பின் விஜயநகர பேரரசால் எழுபத்து இரண்டு பாளையங்களாக பிரித்தாளப்பட்ட பாண்டிய நாடு தற்போது கீழ்திசை மேற்றிசை என இரண்டு ஆட்சிப் பகுதிகளாக விரிந்திருந்தன. கம்பளத்து பாளையங்கள் கீழ்திசையாகவும் அவை பாஞ்சாலங்குறிச்சி அரசர் பொல்லா பாண்டியனின் தலைமையிலும், தமிழர் பாளையங்கள் மேற்றிசையாகவும் அவை நெற்கட்டாஞ் செவ்வல் மன்னர் பூலித்தேவனின் தலைமையிலும் இயங்கின. ஒருபுறம் ஆற்காடு நவாப் முகமது அலியும் இன்னொருபுறம் தன்னை நவாப்பாக பிரகடனப்படுத்திக்கொண்ட சந்தா சாகிப்பும் தென்னாட்டு பாளையங்களில் வரிவசூல் சூறைக்கு புறப்பட்டனர். கம்பளத்து பொல்லா பாண்டியன் ஆற்காடு நவாப்பின் அடியொழுகினார். மக்களைப் பலாத்காரம் செய்து அவர்களின் நிலம், கால்நடைகள், வீடு என வாழ்வாதாரங்களை வளைத்து வருவாய் பெருக்கி அதில் ஒரு பெரும்பங்கை நவாப்பிற்கு அளித்தார். அவரது குடையின் கீழ் கம்பளத்து பாளையக்காரர் விவாகம் செய்யவும் வேட்டைக்குப் போகவும் கூட குடிகளின் வரிப்பணமே பறிக்கப்பட்டது.

நெற்கட்டாஞ்செவ்வல் மாமன்னர் பூலித்தேவன் தன் நிலத்தில் இருந்து வரிப்பணமாக ஒரு மணி நெல் கூட வழங்கப்படாது என்று இடிமுழக்கம் போல் பகிரங்கமாய் அறிவித்தார். பூலித்தேவனின் வரிகொடா இயக்கம் தமிழர் பாளையங்கள் எங்கும் தாண்டவத்தீயாக பரவியது. தென்பாண்டி எல்லையில் போர்ச்சூழல் மையம் கொள்வதை மாமன்னர் உணர்ந்தார். வடகரை, ஊற்றுமலை, தலைவன்கோட்டை, சுரண்டை, கொல்லங்கொண்டான் என தன்னைச் சார்ந்த தமிழர் பாளையக்காரர்களை ஒன்று திரட்டி புரட்சித்தளத்தை ஏற்படுத்தினார். நாட்டின் எல்லைப் பகுதிகளில் ஐந்து புதிய கோட்டைகளையும் வலிமையான ராணுவ மையங்களையும் ஏற்படுத்த புரட்சித்தளத்தில் முடிவானது. பெரும்பாலான கம்பளத்துப் பாளையங்கள் தன் முயற்சிகளுக்குத் தடையாக இருப்பதை எண்ணி பூலித்தேவன் வருந்தினார். மூதாதையர்களின் வரலாற்றுப் பிழைகளைத் திருத்தி எழுத அவர்கள் பரம்பரையிலும் ஒரு விடுதலை வீரன் உருவாவான் என்று நம்பினார். எல்லைப் பாதுகாப்பிற்காக உருவாகவிருந்த ஐந்து கோட்டைகளில் வாசுதேவநல்லூர் கோட்டையின் அடிக்கல் பணி அன்று தொடங்கியது.

நாகமன் கொத்தளங்கள் வடிவமைப்பதில் வல்லவன். காலாட்படை தளபதி செம்புலிகருப்பனின் அக்காள் மகன். நாகமனின் திறனை நன்கறிந்த செம்புலிதான் அவனைத் தலைமைப் பொறியாளரிடம் பரிந்துரை செய்தார். கோட்டைப் பணிகள் முடிவுறும் வரை பணியாளர்கள் தங்குவதற்காக ஆயிரம் குடில்களைக் கொண்ட பேட்டை அமைக்கப்பட்டிருந்தது. அந்த ஆயிரத்தில் ஒன்று நாகமனுக்கு வழங்கப்பட்டது. குடில்களைச் சுற்றி கருவேலமரங்கள் சூழ்ந்திருந்தன. மேற்கு தொடர்ச்சி மலையின் மேற்பார்வையில் குலசேகரன் கோட்டை வளர்ந்துகொண்டிருந்தது.

நெற்கட்டாஞ்செவ்வல் மக்களுக்கு திருவிழாவிற்கு ஆயத்தமாவதை விட சண்டைக்கு ஆயத்தமாவதே இன்பம். மன்னர் எதற்காக கோட்டைகளை எழுப்புகிறார் என்பதை எல்லா திசுக்களிலும் உணர்ந்தவர்களாக ஒன்றுகூடி ஒருமுகமாய் உழைத்தனர். ஆறாவது மாதத்தில் குலசேகரன் கோட்டை முந்நூறு கெஜ நீளமும் நூறு கெஜ அகலமுமாய் தம் மன்னர் மார்பின் பெருவடிவம் போல் திரண்டது. கோட்டையில் மூலைக்கொன்றாக நான்கு திசைகளிலும் நான்கு பெரிய சதுரமான கொத்தளங்கள் அமைக்கப்பட்டன. நாகமனின் ஆலோசனைக்கு ஏற்ப பல வட்டவடிவமான கொத்தளங்களும் உருவாயின.

கொத்தளங்களின் உச்சிக்கு செல்லும் வழி செங்குத்தாகவும் இரண்டடி அகலமுடைய படிகளால் ஆகவேண்டும் என தலைமைக் கொத்தளக் கிழவன் தண்டாயுதபாணி நாகமனுக்குக் குறிப்பு வழங்கினார். அதே லட்சணத்தில் அவன் வடிவமைத்தான். மறைவுள்ள நிலை மாடங்களில் வெளியே பார்ப்பதற்கு சிறு துவாரங்களை ஏற்படுத்தினார் தண்டாயுதபாணி. சுவர்களை பீரங்கி குண்டுகள் துளைக்கும்போது துரிதமாக பனைமரத்துண்டுகளையும் வைக்கோலையும் திணிக்க நிலை மாடத்தில் குழிகள் வார்க்கப்பட்டன.

கோட்டையின் நிலவறை அமைப்பு மட்டும் ரகசியமாக வைக்கப்பட்டிருந்தது. தமிழர் பாளையங்களுக்கு வினியோகம் செய்ய அந்த நிலவறையில்தான் வெடிமருந்துகளும் துப்பாக்கிகளும் தயாரிக்கப்படவிருந்தன. நிலவறையை எந்தப் பகுதியில் அமைப்பது என்பது குறித்து தளபதி செம்புலி பொறியாளர்களுடன் கருவேலங்காட்டில் கூடாரமிட்டு விவாதித்துக்கொண்டிருந்தார். நாகமனும் அந்த விவாதத்தில் கலந்துகொள்ள எண்ணி காட்டு எல்லைக்குள் நுழைந்தான். அப்பொழுது அவன் வலது தோளை இரும்புக்கரம் ஒன்று இறுகப் பிடித்தது. நாகமன் திரும்பிப் பார்த்தான். கொத்தளத்தார் தண்டாயுதபாணி எச்சரிக்கை விழிகளோடு நின்றிருந்தார்.

"அங்கெல்லாம் போவாதீக. வேற சோலி இருந்தா பாரும்."

என்று கனிவாக சொல்லிவிட்டு மண்ணில் கிடந்த கனத்த பனைமரக் கட்டைகளை எந்த சிரமுமின்றி தன் தோளில் சுமந்துகொண்டு கொத்தளம் நோக்கி நடந்தார். நாகமனுக்கு அந்தக் கிழவரின் கரமும் கருணையும் முற்றிலும் வெவ்வேறாக இருந்தன. அவர் தாடி மீசையின் நரைகள் தட்டிவிட்டால் பறந்துபோகும் பிரபஞ்ச தூசாக இருக்குமோ என வியந்தான்.

அன்றிரவு பேட்டைக்குள் நுழைந்த காவலர்கள் ஒவ்வொரு குடிலாகச் சென்று நெல்லும் காய்கறிகளும் வழங்கினர். நாகமனின் குடிலுக்கு மட்டும் உணவு பொருட்கள் இடாமல் கடந்து சென்றனர். அந்திக் கடையில் வாங்கிய பலகாரங்களைச் சேமித்து வைத்திருந்ததால் உணவு பற்றி அவன் கவலைப்படவில்லை. ஆனால் தான் மட்டும் ஏன் விடுபட்டுபோனான் என்று புரியவில்லை. வாசலில் நின்று அந்த வினியோகத்தை வேடிக்கைப் பார்த்துக் கொண்டிருந்தான். மொத்த பேட்டைக்கும் உணவு வழங்கி முடித்த காவலர்கள் நாகமனின் குடிலை நோக்கி விரைந்தார்கள். எதையோ புரிந்துகொண்டவனைப் போல அவன் அவசர அவசரமாக

உள்ளே சென்று தரையில் விரித்து வைத்திருந்த ஒரு வரைபடத்தை மடித்தான். அவன் மடித்து முடிப்பதற்குள் காவலர்கள் உள்ளே நுழைந்துவிட்டார்கள்.

அவனிடம் அனுமதி வாங்காமல் அவன் குடிலை சோதனைக்குட்படுத்தினர். அவன் மடித்துவைத்தது போல் பத்துக்கும் மேற்பட்ட வரைபடங்களையும், சூத்திர ஓலைகளையும் கைப்பற்றினர். அவன் உடுப்பு மூட்டைகளைக் கலைத்து ஒரு கணையாழியைக் கண்டெடுத்தனர். அதில் சிலந்தி சங்கு பொறிக்கப்பட்டிருந்தது. அது ஆற்காடு நவாபின் உளவுத்துறை முத்திரை. நாகமன் அதை அபகரிக்கப் பாய்ந்தபோது ஒரு காவலாளியின் ஈட்டி அவன் நெஞ்சுராய்ந்து நின்றது.

திருச்சியை மையமாகக் கொண்டு ஆண்டுவந்த ஆற்காடு நவாப் தமிழர் பாளையங்களின் புரட்சித்தளத்தில் என்னென்ன நடவடிக்கைகள் திட்டமிடப்படுகின்றன என்று தெரிந்துகொள்ள விரும்பினான். நெற்கட்டாஞ்செவ்வலை உளவு பார்க்க தென்சீமைப் பாளையங்களின் உளவுப் பாசறையில் பயிற்சி பெற்ற கோரம்பள்ளத்து நாகமன் தேர்ந்தெடுக்கப்பட்டான். தளபதி செம்புலியின் அக்காள் மகனானதால் அவன் நெற்கட்டாஞ் செவ்வலின் வெளியுறவுப்படையின் மூலசோதனைக்கு உட்படாமல் பணியில் சேர்க்கப்பட்டான். இன்னும் ஒரு மாத காலத்தில் உளவு முடித்து திரும்பவேண்டிய நாகமன் அன்று வாசுதேவநல்லூர் பேட்டையில் தோலுரிக்கப்படுவான் என்று சற்றும் எதிர்பார்க்கவில்லை.

‘நாகமனின் குடிலும் அவன் பொருட்களும் தீவைத்துக் கொளுத்தப்பட்டன. காவலர்கள் அவனைக் கைது செய்து கருவேலங்காட்டின் கூடாரத்திற்கு அழைத்துச் சென்றனர். அங்கே சிவந்து குனிந்த கண்களோடும் சீறத் துடிக்கும் வாளோடும் தளபதி செம்புலி காத்திருந்தார். எப்பொழுதும் மருதாணி பூசி ஒழுங்கு காக்கும் அவரது நீண்ட தாடி ஒரு புதிய குற்றவுணர்வால் சிதைந்திருந்தது. நாகமன் அவர் காலில் விழுந்து கதறி அழுதான்.

“ராசா கண்டறிஞ்சு சொல்றவர என் கண்ணுக்குத் தெரியாம போனியே நாகமா. இதுக்கு மேல ஒன் தலைய சீவாம போனா அது என் சீமைக்கே இழுக்குடா.”

என்று அவனை எட்டி உதைத்தார்.

வாளை உருவி அவன் தலை கொய்ய விரைந்தார்.

“என்ன மன்னிங்க மாமா” அவன் அலறினான்.

அப்பொழுது “ஐயா” என்று ஒரு வீரன் கையில் ஓலையோடு வந்து நின்றான். அவன் அரண்மனையில் இருந்து வந்திருக்கிறான் என்பதைப் புரிந்துகொண்ட செம்புலி வாளை நிமிர்வு குறையாமல் இடதுகைக்கு மாற்றிக்கொண்டு ஓலைச்சுருளை வலதுகையில் வாங்கிப் பிரித்தார். வரிகளைப் படித்து மடித்தார். நாகமன் விட்ட இடத்தில் இருந்து துடித்தான்.

“என்ன மன்னிங்க மாமா.. வேவாளியத்தான் வந்தேன். காத்துல கேட்ட மன்னரோட குரலும் இந்த ஊர் சனங்க சாவகாசமும் என்ன மாத்திருச்சு மாமா. ஒங்க சேனைல நான் நாயா கெடக்கேன். இல்ல என்ன இங்கயே கொன்னு போடுங்க. திருப்பி மட்டும் அனுப்பாதீக. உளவு கெட்டவன சட்டஞ்சொல்லி சந்ததி இல்லாம சாகடிச்சிருவாங்க. என் மகளுக்குக் கூட நம்ம கோவில் தெய்வத்து பேரத்தான் மாமா சூட்டியிருக்கேன். என்ன காப்பாத்துங்க மாமா” மண்ணில் புரண்டு தேறினான் நாகமன். ஓலை கொண்டுவந்த அரண்மனைக் காவலன் விடைபெற்றான்.

“ஒரு வீரன் எந்த படைக்கும் வீரனாகலாம். உளவாளி ஒரு படைக்கு மட்டுமே உளவாளியாக முடியும். நாகமன் வீரனல்ல. விடைபெறலாம்.”

செம்புலி தனக்கு வந்த அரண்மனை ஓலையின் கடைசி வரியை மேற்கோள் காட்டி அரசவையின் தீர்ப்பை நாகமனுக்கு பிச்சை யிட்டார். அவனுக்கான மன்னிப்பை தனக்கான தண்டனையாக எண்ணி, உடைந்த தோளோடு அந்த கூடாரத்தை விட்டு அவர் வெளியேறினார். இன்னும் ஒரு சூரியனுக்கு மேல் நாகமன் நெற்கட்டாஞ்செவ்வலின் எல்லைக்குள் இருக்கக் கூடாது என்று துணைத் தளபதி ஆணையிட்டு புறப்பட்டார்.

நாகமன் புலன்களைத் தவறவிட்ட பிணமாக நடந்தான். அவன் கைவிலங்கு நீக்கப்பட்டும் கரங்கள் குறுகியிருந்தன. “ராசா கண்டறிஞ்சு சொல்றவர என் கண்ணுக்குத் தெரியாம போனியே நாகமா” என்ற வார்த்தைகள் மட்டும் அவன் மனதில் ஏனோ நெருப்புப் பந்துகளாய் உருண்டிருந்தன. “மன்னரும் அவ்வப்போது மாறுவேடத்தில் வந்து கட்டடப் பணிகளில் கலந்துகொள்வார்” என்று கடந்த மாதம் பேட்டைக்கு வந்த வெளியூர் வணிகர்கள் பேசிக்கொண்டது அவன் நினைவுக்கு வந்தது. எனில் தன்னோடு பணி செய்தவர்களில் மன்னர் யார்?

கருவேலங்காட்டை விட்டு பேட்டைக்கு வந்த நாகமன் இன்னும் சில மாதங்களில் வானம் தொடப்போகும் கோட்டையை ஒருமுறை கண்கொட்டாமல் பார்த்தான். ஒரு கொத்தளத்தின் உச்சியில் கையில் தடியோடு கம்பீரமாக நின்று நட்சத்திரங்களை ரசித்திருந்தார் தண்டாயுதபாணி. அவர் தோன்றிய திசையில் நெடுக விழுந்து வணங்கினான். அவன் கண்ணீர் தன்மேல் விழுந்தும் அதைப் பொருட்படுத்தாமல் ஊர்ந்துபோனது ஒரு மண்புழு.

கோரம்பள்ளம் விடிய இன்னும் சில கீற்றுகளே மிச்சம் இருந்தன. தன் கணவனுக்கு விடையளிக்க எல்லம்மா தயாரானாள். அவள் ஒற்றை வளவியும் மினுக்கு இழந்து சரிந்திருந்தது. ஆவுடையாளின் தொட்டில் மௌனத்தைத் துன்புறுத்தாமல் நாகமனின் வெறுமை அந்த மண்வீட்டில் பரவியது. அந்த வெறுமையிலும் அவன் நினைவில் பால் போல் பொங்கி வழிந்தது மாமன்னரின் மன்னிப்பு. தான் தன் அதிகாரம் உருவாக்கிய பொய் என்றும், குலசேகரன் கோட்டை உருவாக்கத்தில் கள்ளம் மறந்து தன்னையறியாமல் அர்ப்பணமான நிமிடங்களே நிஜம் என்றும் தோன்றியது. தண்டாயுதபாணியாக வந்த மன்னர் “வேறு சோலி இருந்தா பாரும்” என்று சொன்னபோதே தான் தப்பித்திருக்க வேண்டும் அல்லது தற்கொலை செய்திருக்க வேண்டும். அவர்தான் மன்னர் என்று அப்பொழுதே தெரிந்திருந்தால் அந்தப் பரவச அச்சத்தில் நாகமனைக் கேட்காமலேயே அவன் உயிர் பிரிந்திருக்கும்.

உளவு கெட்டவன் தூக்கிலிடப்பட்டால் அவன் உடல் கூட அவன் குடும்பத்திற்கு வழங்கப்படாது என்பதை நாகமன் அறிவான். தன் உடலால் உள்ளத்தால் எல்லம்மாவை ஒருமுறை கட்டித் தழுவினான். ஆவுடையாளைத் தொட்டிலில் இருந்து அள்ளி தன் மார்பில் புரட்டி அணைத்து அவளுக்குத் தந்தையின் அன்பு அனைத்தையும் தந்துவிட நினைத்தான். அவள் கண்விழிக்காமல் புன்னகைத்த போது வாசலில் ஏதோ அலறல் சத்தம் கேட்டது. நாகமன் திடுக்கிட்டு கதவு நோக்கி ஓடினான்.

அவன் திறப்பதற்குள் கதவைத் திறந்துகொண்டு ஒரு கூட்டம் வீடு புகுந்தது. அவர்கள் தலைப்பாகை அணிந்திருந்தனர். கருத்த தந்தம் போல் கட்டுமஸ்தான உடல்கள். கண்களில் அவசரநிலை. நாகமனின் நடுமூளை பார்த்து ஒருவன் மட்டும் பேசினான்.

“இங்க இருந்து பத்து மைல் தொலைவுல கழுகுமலைக்கு போ. அங்க ராணுவத்தளத்திற்கு பின்புலம் புரட்சிமுகாம் இருக்கு. உன் பெயர செவத்தன்னு பதிவு செஞ்சு பண முடிப்பும் நெல் மூட்டையும் வாங்கிக்க. பகல் சாஞ்சதும் களக்காடு கோட்ட கட்டுமான சோலிக்கு அனுப்பி வைப்பாங்க. மூணு உசுரும்

முழுசா போய் சேருங்க" அதற்கு மேல் கோரம்பள்ள எல்லைக்குள் உச்சரிப்பதற்கு அவர்கட்கு சொல் ஏதும் வழங்கப்படவில்லை என்பது போல் மின்னலென மறைந்தது அக்கூட்டம்.

நாகமனுக்கு அகம் புறம் புரியவில்லை. அந்த திடீர் உயிர்ப்பை அவன் உடல் பொருள் ஆவி ஏற்கவில்லை.

"மிரண்டு நிக்க நமக்கு பொழுது இல்லீங்க" எல்லம்மா தன் வளவி மினுக்கப் பதைத்து அவன் முதுகெலும்பு உலுக்கினாள்.

நாகமன் வெளியே ஓடிவந்தான். பொல்லா பாண்டியனின் ஊர்க்காவல்படையைச் சேர்ந்த வீரர்கள் பலத்த காயங்களோடு மயங்கிக் கிடந்தனர். அங்கே தன் பிடரி மயிரால் விடியலை விரட்டி அந்த இரவைக் காத்துக்கொண்டிருந்தது ஒரு குதிரை. நாகமன் ஆச்சரியங்களில் ஆழாமல் ஏற்றத்திற்கு ஒத்திகை பார்த்தான். குதிரையின் சேணத்தில் உடைவாள் ஒன்று பூட்டப்பட்டிருந்தது. அதை விருட்டென உருவினான். வாளின் கைப்பிடியில் சங்கரன் கோவில் முத்திரை.

உறக்கத்தில் ஆழ்ந்திருந்த ஆவுடையாளின் கண்திறப்போடு குதிரை புறப்பட்டது.

## ரய்யான்

நிரஞ்சனா என்ற உன் பெயர் என்னை என்னவெல்லாம் செய்தது என்று உனக்கு தெரியாது. இந்த முதல் வரியைப் படித்ததும் நீ மறுபடியும் என்னைத் தவறாகத்தான் நினைப்பாய். அது உனக்கோ எனக்கோ புதிதல்ல. நீயும் நானும் பேசிக்கொள்ளாமல் இரண்டு ரமலான் மாதங்கள் கடந்துவிட்டன.

ஞாபகம் இருக்கிறதா? நாம் இருவரும் உன் இருசக்கர வாகனத்தில் பயணித்தபோது யாரோ ஒரு அணில் மண்டை ஊடகப் பையன் ‘இன்னிக்கு நீங்க ஏன் மஞ்ச கலர் சட்ட போட்டுருக்கீங்க?’ என்று சிரித்துக்கொண்டே மைக்கை நீட்டி உன்னிடம் கேட்டான். அந்தத் தகவல் அவன் ரியாலிட்டி நிகழ்ச்சிக்கு எந்த விதத்தில் உதவும் என்று நமக்கு தெரியாது. “கிரேசி” என்று சொல்லி நீ வேறுபக்கமாய் திரும்பிக்கொண்டாய். அவனும் வேறு வாகனத்திற்குச் சென்றுவிட்டான். அவனைப் போலவே இன்னொருவன் உன்னருகில் வந்தான். அவன் எதுவுமே கேட்கவில்லை. ஆனால் நீ தொடர்ந்து உன்னைப் பற்றி சொல்லிக்கொண்டிருந்தாய். உன் ஆடைகளைப் பற்றி அவனிடம் பேசினாய். அவனைப் பார்த்து அடிக்கடி சிரித்தாய். அவன் கேட்காத கேள்விகளுக்கு நீ பதில் சொன்னாய். அண்டப் பெருவெளியில் எது நடந்தாலும் அதற்கு உன்னிடம் ஒரு கருத்து இருக்கும் என்று உனக்குள் அவன் வளர்த்த மூட நம்பிக்கையை ஆதரித்து உளறிக்கொண்டே இருந்தாய். அவனுக்கு நடனமாடிக் காட்டினாய். உன் புகைப்படங்களை அவனுக்குத் தந்தாய். அந்தப் புகைப்படங்களிலும் நடனத்திலும் மெல்ல மெல்ல ஆடை குறைத்தாய்.

உன்னை வைத்து அவன் நிகழ்ச்சி நடத்துகிறான் என்பதை மறந்தாய். அவன் மூலமாக உலகமே உன்னைப் பார்த்துக்கொண்டிருந்ததை நீ விரும்பினாய். பார்வையாளர்களின் எண்ணிக்கையை அதிகரிக்க உன்னிடமே அவன் பணம் கேட்டான். கொடுத்தாய். அன்று தன் மைக்கை நீட்டிய அந்த அணில் மண்டை பையனுக்கும் இவனுக்கும் ஒரே ஒரு வித்தியாசம் தான். அவன் தன்னை ஊடகமாகப் பார்த்தான். இவன் உன்னை ஊடகமாகப் பார்த்தான். தனக்கு 'சமூகவலைத்தளம்' என்று பொறுப்புள்ள ஒரு பெயரையும் சூட்டிக்கொண்டான். இந்த இணையம்தான் சாமானியரின் ஊடகம் என்று நீ வாதாடினாய். அது முன்பொரு காலத்தில் என்றேன். 'அது உன் கருத்து' என்று என்னைத் தள்ளிவைத்தாய். நிலா - ஆழ்கடல் சுரங்கம் - மனிதர்களின் அந்தரங்கம் இம்மூன்றும்தான் எதிர்கால உலகப் பொருளாதாரம் என்றேன். "ஆள விடு" என்று புறக்கணித்தாய்.

நீ பதிவிட்ட புகைப்படங்களுக்கு ஒருமுறை கூட நான் விருப்பப் பொத்தான் அழுத்தவில்லை என்பது உன் வெறுப்பு. எந்தத் தளத்திலும் கணக்கில்லாதவன் எப்படி அதைச் செய்ய முடியும்? உன்னை மகிழ்விப்பதற்காக ரய்யான் என்ற என் பெயரை ரயோ என்று மாற்றிக்கொண்டு ஒரு சில்மிஷ செல்பி எடுத்துப் பதிவேற்றி நானும் என் கணக்கைத் தொடங்கினேன். உன் புகைப்படங்களை ஒன்றுவிடாமல் விரும்பினேன்.

புதிய அனுபவம். நிறைய அறிமுகம். உன் பட்டியலில் இருக்கும் பலர் எனக்கும் விண்ணப்பித்தனர். ஏற்றுக்கொண்டேன். சமூகவலைத்தளம் ஒரு நீரோட்டம் போல் இருந்தது எனக்கு. முக்குளிப்பான் பறவையின் கூடுகள் நீரில் மிதப்பது போல் பலரின் கனவுகள் மிதப்பது கண்டேன். எதுவுமற்ற அனைத்துமானதாய் யாருமற்ற அனைவருமாய் இணைய உலகைப் பார்த்தேன். பெயர்களாகப் பதிவாகி உருவமாக வளர்ந்து மனமாக மாறுகிறது இந்த வெளி. எல்லா மனங்களும் அழகானவை அல்ல.

உன் பதிவுகளின் கீழ்வரும் கருத்துகள் எனக்குப் பிடிக்கவில்லை. யார் யாரோ உன்னைச் சொந்தம் கொண்டாடுகிறார்கள் என்று நான் கடிந்துகொண்டது உனக்கு நினைவிருக்கலாம். உன் புகைப்படங்களைப் பலர் தவறாகப் பயன்படுத்துகிறார்கள் என்று கண்டறிந்து சொன்னேன். நான் உன் மீது ஆதிக்கம் செலுத்துவதாக நீ கோபப்பட்டாய்.

அருகில் இருக்கும் என்னை மறந்துவிட்டு திரையில் இருப்பவர்களோடு மட்டுமே நீ வாழத் தொடங்கியதால்

கபிலன் வைரமுத்து • 95

நான் தனிமைப்பட்டேன். நானும் நீயும் மனம் விட்டு பேசும் உரையாடல்கள் நீர்த்துப் போயின. 'ஒரு அஞ்சு நிமிஷம் போன் பாக்காம இருக்க முடியாதா' என்று நான் சொன்னபோது ஐந்து நிமிடம் ஆத்திரப்பட்டாய். ஒருவேளை எனக்குத்தான் நம் நட்பைப் புரிந்துகொள்ளத் தெரியவில்லையோ எனத் தோன்றியது. உனக்கு ஒரு கவிதை அனுப்பினேன்.

அன்பு செய்வது எப்படி?

இருக்கும் அன்பை இருப்பது போலவே
உன்னிடம் சேர்ப்பது எப்படி?

தர நினைத்ததை தந்துவிட்டேனா?
உறுதி செய்வது எப்படி?

தருதல் பெறுதல்
அன்பில் நிறைவு எது?

பரிவு நெகிழ்வு
புன்னகை கண்ணீர்
அன்பின் லகுவான பாதை எது?

அன்பினால் கோபம்
அன்பினால் சோகம்
அன்பினால் அகதியம்
அன்பினால் ஆத்திரம்
அன்பினால் அன்பு எப்போது?

ஒரு சுடர் அன்பு
எத்தனை காலம் எரியும்?

ஒரு பாராமுகம்
எத்தனை சதுர அடி வெற்றிடம் ஏற்படுத்தும்?

அன்பைப் பற்றிய விசாரணைகள் முடிந்து
அன்பு எப்போது விடுதலையாகும்?

உனக்காக நான் இதை ஆங்கிலத்திலும் மொழிபெயர்த்து பொதுவெளியில் பதிவிட்டேன். 'உன் காதலை ஏற்க முடியாது' என்றாய். என் கவிதையின் எந்த வரியில் காதல் இருந்தது என்று தெரியவில்லை. அன்பைத்தானே எழுதியிருந்தேன். நீ சொன்னபிறகு எனக்கே என் கவிதையின் மீது சந்தேகம் வந்தது. மீண்டும் மீண்டும் படித்தபோது 'சுடர்' 'பாராமுகம்' போன்ற வார்த்தைகளைத்

தவிர்த்திருக்கலாம் என தோன்றியது. இருவருமே பதில் சொல்ல விரும்பாத கேள்விகள் இடைவெளியாய் வளர்ந்தன. பேசுவது குறைத்தோம். சந்திப்பது தவிர்த்தோம். இரண்டு ஆண்டுகள் இரண்டு வெயிலாக மறைந்தன. இப்போது எதற்கு மறுபடி எழுதுகிறாய் என்று நீ கேட்கலாம்.

ஒருநாள் மாலை "ப்ளீஸ் லிசின் வித் ஹெட்போன்ஸ்" என்ற முகப்புச் செய்தியோடு என் மெசஞ்சருக்கு ஒரு பாடல் வந்தது. நான் புதியதாக வாங்கிய சோனி ஹெட்போன் மாட்டிக்கொண்டு பால்கனிக்குச் சென்றேன். ஓர் இறகை விடுதலைச் செய்வது போல் பாடலை ஓடவிட்டேன். பெண் குரல். பாடல் ஒலிக்க ஒலிக்க எனக்கும் வானத்திற்குமான தூரம் குறைந்தது. அது தேவகான இசை என்பதால் அல்ல. அந்தப் பாடல் என்னுடைய பாடல். நான் உனக்கு அனுப்பிய அதே கவிதை. அதன் ஆங்கில மொழிபெயர்ப்பு. அது மெட்டுக்கு எத்தனை அழகாய் பொருந்தியிருக்கிறது என்று ஆச்சரியபட்டேன்.

ஏதோ ஒரு கடற்கரையில் நாம் விட்டுவந்த பாதச்சுவடு ஒரு மணல் பறவையாக மடியில் வந்து அமர்ந்தால் எப்படி இருக்குமோ அப்படி இருந்தது.

அந்தப் பாடலுக்கு இசை அமைத்து தானே பாடி எனக்கு அனுப்பி வைத்த அந்தப் பெண்ணின் பெயர் அன்னா யுவானிகா. கனடா நாட்டில் டொரோண்டோ இசைப்பள்ளியில் ஆராய்ச்சி மாணவர். ஒரு நூறு முறை கேட்டிருப்பேன் அந்தப் பாடலை. 'நன்றி' அதுதான் நான் அவளுக்கு அனுப்பிய முதல் வார்த்தை. அதில் தொடங்கி எனக்கும் அவளுக்குமான இசையாடல் தொடர்ந்தது. அவளுடைய ஆடை வண்ணங்கள் என்னை மிகவும் கவர்ந்தன. முதல்முறையாக காண் அழைப்பில் அவளைப் பார்த்தபோது அவள் தங்கநிறக் கூந்தல் காற்றில் ஆடி என் திரையில் உரசியது. தேநீரின் சுவையைத் துன்புறுத்தாத அளவுச் சக்கரை போல் அவள் முக அழகின் பூரணத்தை சிதறவிடாத சிறு புன்னகை அவள் உதடுகளில் உறைந்திருக்கும். உங்கள் கவிதையை நான் என் ஆராய்ச்சிக்குப் பயன்படுத்திக்கொள்ளலாமா என்று அவள் கேட்டது உங்கள் அன்பை நான் பயன்படுத்திக்கொள்ளலாமா என்று எனக்குக் கேட்டது. ஓராண்டு கால உறவுக்குப் பின் நேற்றுதான் என் காதலைச் சொன்னேன். அவள் ஏற்றுக்கொண்டாள். அடுத்த மாதம் என்னைச் சந்திப்பதற்காகவே இந்தியா வருகிறாள். அந்தச் சந்திப்பில் நீயும் இருக்க வேண்டும் என்பது என் விருப்பம். மறுக்கமாட்டாய் என்று நம்புகிறேன்.

கனவுகளில் ஒலிக்கும் ஒலிகளைப் பதிவு செய்யும் ஒரு கருவியை அவள் உருவாக்கியிருக்கிறாள். இது அந்த தொழில்நுட்பம் குறித்து அவள் ஆற்றிய உரையின் காணொளி. நேரம் கிடைக்கும்போது பார். அன்னா கனடா நாட்டில் பிறந்து வளர்ந்திருந்தாலும் அவளுடைய பூர்விகம் தெற்கு ரஷ்யா. அன்னாவின் கொள்ளு தாத்தா ஒருவர் தன் கிராமத்தில் தானே ஒரு தொலைபேசி இணைப்பை உருவாக்கியதற்காக அபாயக் கருவிச் சட்டத்தின் கீழ் கைது செய்யப்பட்டு சிறையில் அடைக்கப்பட்டிருக்கிறார். “அவருடைய பேத்தி நான் என்பதில் கர்வம் கொள்கிறேன். அவருக்கு வழங்காத அறிவின் சுதந்திரத்தை உலகம் எனக்கு வழங்கி யிருக்கிறது” என்று அன்னா பேசியிருக்கிறாள். எனக்கென்னவோ தாத்தா கண்டுபிடித்ததை விட பேத்தி கண்டுபிடித்த கருவியில்தான் அதிக அபாயம் இருப்பதாகத் தோன்றுகிறது. ஒவ்வொருவரின் கனவுகளையும் பதிவு செய்து ஒலிபரப்பினால் கலவரமல்லவா வெடிக்கும்.

அன்னாவை நீ சந்திக்க வேண்டும். என் கவிதையின் இரண்டாம் வினையை நீ காண வேண்டும். விரைவில் அழைக்கிறேன்.

அன்புடன்

ரய்யான்

★

## டிமிட்ரி

1899. மாஸ்கோவில் குளிர்காலம் தொடங்கிவிட்டது. ஜனவரியில் உச்சம் தொடும். புடர்கா சிறைச்சாலையின் சுவர் இடுக்குகளில் பனி முளைத்திருந்தது. சிறை எண் ஐம்பத்து நான்கில் மூன்று கிண்ணங்களில் பரிமாறப்பட்டிருந்த பீட்ரூட் சாறு அருந்தப்படாமல் கிடந்ததைப் பார்த்த காவலன் லெவோன் சிறைக்கதவை திறந்தான். உள்ளே டிமிட்ரி, கார்ப், அவகூம் மூவரும் மௌனமாய் அமர்ந்திருந்தனர்.

பட்டினி கிடந்து இங்கேயே சாகலாம் என்று முடிவா?

தன் துப்பாக்கியின் கொண்டையை டிமிட்ரியின் மூக்கில் இடிப்பதற்கு ஏதுவாகத் திருப்பியிருந்த லெவோனின் அதட்டல் கார்ப்பையோ அவகூமையோ எதுவும் செய்யவில்லை. டிமிட்ரி மட்டும் மெல்லத் தவழ்ந்து சென்று ஒரு கிண்ணத்தை கையில் எடுத்தான். அதில் சாறு தளும்பி சில துளிகள் மண்ணில் சிந்தின. அவன் முகத்தில் சிறு ஏமாற்றம்.

நான் ஊற்றுவதற்கு முன் நீயே சிந்திவிட்டால் எப்படி?

கிண்ணத்தோடு பேசினான். மொத்த சாறையும் தரையில் ஊற்றினான். காவலன் லெவோன் அந்தக் கிண்ணத்தை எட்டி உதைத்து டிமிட்ரியின் நெஞ்சில் மிதித்தான். தொடர்ச்சியாக முப்பது மிதிகள். டிமிட்ரிக்கு மூச்சடைத்தது. வலி தாங்காமல் அவன் சுவர் ஓரத்திற்கு உருண்டபோது லெவோனின் கால்மிதி பாதைக்குள் கார்ப் தன்னை நுழைத்துக்கொண்டான். மிதி பசியுள்ள கால்கள் எந்த மாறுதலையும் பொருட்படுத்தாமல் யாரையும் மிதிக்கும்.

தன் சக கைதியைக் காக்கும் நோக்கோடு கார்ப் குறுக்கிட்டதால் அவனுக்கு மிதியோடு சேர்த்து அடி உதை துப்பாக்கியால் தொப்புளில் குத்து எல்லாம் கிடைத்தது. இருவரையும் சாய்த்துவிட்டு லெவோன் அவகூமைப் பார்த்தான். அவன் ஓடிச்சென்று ஒரு கிண்ணத்தை எடுத்துப் பருகினான். பீட் ரூட் துருவல்கள் மிதந்த அடிப்பகுதியை மட்டும் அவன் சுவைக்கவில்லை. மிச்சமிருந்த மிதிகளை தன் காலணிக்குள் சுருட்டிக்கொண்டு லெவோன் வெளியேறினான்.

இருபது நாட்களில் இந்த மூன்று கைதிகளும் சைபீரிய சிறை காலனிக்கு புறப்பட வேண்டும். கிட்டத்தட்ட நான்காயிரம் மைல் நடந்தே செல்ல வேண்டும். பயணத்தின்போது உயிர் பிரிந்தால் அதற்கு புடர்கா சிறை பொறுப்பாகாது. ஆனால் புறப்படுவதற்கு முன்பே இறந்தால் மாஸ்கோவின் பாதுகாப்புத் துறை அமைச்சகம் கேள்வி கேட்கும். இரவுச்சாலை தலைமைக் காவலன் லெவோன் முதல் உயர் அதிகாரிகள் வரை அனைவரும் விசாரிக்கப்படுவர். அது நேர்ந்துவிடக்கூடாது என்ற நேர்த்தியோடுதான் லெவோன் அந்தக் கைதிகளை மிதித்தான். அவர்களுடைய உண்ணாமையும் உருவ மெலிவும் லெவோனை உலுக்கியது. பசியால் அவர்கள் இறப்புறக் கூடாது என்று பதறினான். சிறையை விட்டு தப்பிக்கவே அவர்கள் உணவைத் தவிர்க்கிறார்கள் என்று கண்டறியும் அளவிற்கு லெவோனுக்கு அனுபவ ஞானம் இல்லை.

அடுத்த வாரம் இரண்டாயிரம் அகதிகளை ஏற்றிக்கொண்டு கருங்கடல் வழியாக கனடா செல்லவிருக்கிறது ஒரு கப்பல். எழுத்தாளர் லியோ டால்ஸ்டாய் தன் புத்துயிர்ப்பு நாவலுக்கு முன்பணமாக வாங்கிய நிதியை அந்தக் கப்பலின் பயணச்செலவுக்கு வழங்கியிருந்தார். அவர் அந்த நாவலை எழுதுவதே அந்த நிதியைத் தருவதற்குத்தான். அவர் மகன் செர்ஜியும் அந்த அகதிகளுக்குப் பாதுகாப்பாக அவர்களோடு பயணிக்கவிருக்கிறார்.

கைதிகள் மூவரும் சைபீரிய சிறைக்கு மாற்றப்பட்டால் மரணம் நிச்சயம். அதற்குள் புடர்காவை விட்டு தப்பித்து அகதிகளின் கப்பலுக்குச் செல்ல வேண்டும் என்பது டிமிட்ரியின் திட்டம். கார்ப் அவகூம் இருவரும் உடன்பட்டனர். உலகின் எந்தக் கருணையும் அவர்களை விடுவிக்காது என்றும் தங்கள் விடுதலையை தாம்தான் தேடிக்கொள்ள வேண்டும் என்றும் அவர்களுக்குத் தெரியும். சராசரி விதிமீறல்களுக்காக அவர்கள் கைதாகவில்லை.

டிமிட்ரி, கார்ப், அவகூம் மூவரும் ரஷ்யாவின் தெற்கு பகுதியில் வெவ்வேறு கிராமங்களில் பிறந்து வளர்ந்தவர்கள் என்றாலும்

விவசாயிகளும் இடையர்களும் உருவாக்கிய 'டுகோபர்ஸ்' என்ற மதப் பிரிவைச் சேர்ந்தவர்கள். டுகோபர்ஸ் கிறுத்துவத்தை மூலமாகக் கொண்டவர்கள் எனினும் பைபிளைப் புறக்கணித்தார்கள். தேவாலயங்களையும் பாதிரிகளையும் எதிர்த்தார்கள். மனிதர்களை அடக்கியாள நினைக்கும் மதமோ அதன் நிறுவனங்களோ தங்களுக்குத் தேவையில்லை என்று டுகோபர்ஸ் பிரகடனம் செய்தனர். தூய்மையான மனமே நிரந்தரமான தேவாலயம் என்று நம்பிக்கை வளர்த்தனர். தங்களுக்கான இறைப் பாடல்களைத் தாங்களே உருவாக்கிக்கொண்டனர்.

தம் மத நிகழ்ச்சிகளில் கடவுளர் உருவங்களையோ குருமார்களின் படங்களையோ வழிபடாமல் ரொட்டி, உப்பு, நீர் ஆகியவற்றை மட்டுமே வணங்கு பொருட்களாக வைப்பது அவர்தம் சடங்கு. 'புனித ஆவிக்கு எதிரான போராளிகள்' என்று டுகோபர்ஸ்சை அடையாளப்படுத்தியது பிஷப் வட்டாரம். அதை 'புனித ஆவிக்கான போராளிகள்' என்று தாங்களே திருத்தி எழுதிக்கொண்டனர். உடலும் சிந்தனையுமே மூலதனம் என்பதால் இரண்டையும் பாதிக்கும் மதுவை விலக்கி வைத்தனர். விவசாயப் பண்ணைகள் அமைத்து கிராம ராஜ்ஜியங்களை உருவாக்கினர். உணவையும் உடைகளையும் சுயமாக தயாரித்துக்கொண்டனர். வீடுகள் முதல் வீதிகள் வரை எல்லாவற்றையும் அரசின் உதவி யின்றி தாமே அமைத்துக்கொண்டனர். அரசுகளின் தன் நிறைவு அதிகாரத்தின் வளர்ச்சி. மக்களின் தன் நிறைவு அதிகாரத்தின் வீழ்ச்சி. ரஷ்யாவின் மன்னராட்சி டுகோபர்ஸ்சின் தன்னாட்சியை விரும்பவில்லை.

டிமிட்ரி தீவிர டுகோபர் மட்டுமல்ல. தங்கள் சிந்தனைகளை அடுத்த தலைமுறைக்குக் கொண்டு சேர்க்க ஊருக்கு வெளியே ஆசிரமம் அமைத்து மாணவர்களுக்கு வாழ்வியல் பயிற்சியளித்தான். கோழியின் நிதானமான எட்டு வைப்பில் ஓர் அரைவட்டத்தை காண முடிந்தவனால்தான் இயற்கையின் அன்பை உணர முடியும் என்று டிமிட்ரி தன் மாணவர்களுக்குச் சொல்வான். எல்லா உயிரினங்களுக்கும் கடையனாக நம்மை எண்ணிக்கொள்வதுதான் முழுமுதற் மகிழ்ச்சியின் ஆரம்பம் என்பான். உடலையே ஆயுதமாக்கும் மூச்சுப் பயிற்சிகளையும் ஆசனங்களையும் மாணவர்களுக்கு கற்பித்தான்.

சத்தியத்தால் நம் மனதை நிரப்பிவிட்டால் நாம் எது சொன்னாலும் அது கேட்கும் என்று இளைஞர்களுக்கு போதித்தான்.

1895ஆம் ஆண்டு டிமிட்ரியின் கிராமத்தைச் சுற்றிவளைத்த எல்லை அதிகாரிகள் 'ஊர் மக்கள் அனைவரும் ராணுவத்தில் சேர வேண்டும் இல்லையேல் ஒட்டுமொத்த கிராமமும் தீக்கிரையாக்கப்படும்' என்று ஆணைப் பிறப்பித்தனர். ராணுவம் என்பது உலக சமாதானத்திற்கு விரோதமான ஏற்பாடு என்பது டுகோபார்ஸ்சின் எண்ணம். ஒருவர் கூட அதிகாரிகளின் ஆணைக்கு உடன்படவில்லை. மக்களின் ஆயுதங்கள் அனைத்தையும் டிமிட்ரியும் அவன் மாணவர்களும் சேகரித்தனர். ஊருக்கு வெளியே நெருப்பு வளர்த்து ஆயுதங்களை அதில் வீசினார்கள். அன்று இரவே அந்த கிராமத்தின் வீடுகளும் பண்ணைகளும் ராணுவத்தால் கொளுத்தப்பட்டன. டிமிட்ரி கைது செய்யப்பட்டான். அவன் ஆசிரமம் ஆட்சியாளர்களின் எந்திரங்களால் தகர்க்கப்பட்டு தரைமட்டமானது.

கார்ப் உலகத் தொழில்நுட்பங்களின் காதலன். தெற்கு ரஷ்யாவின் துறைமுக கிராமத்தில் வசித்தவன். நிலப்பிரபுக்களுக்கு அஞ்சலாகும் செய்தி இதழ்களை அவர்களுக்குத் தெரியாமல் கவர்ந்து தானும் வாசிப்பான். அமெரிக்காவைச் சேர்ந்த அலெக்சாண்டர் கிரகாம்பல் தொலைபேசியைக் கண்டறியும் முன்னே பிரஞ்சு நாட்டின் சார்லஸ் போர்சல் கண்டறிந்த ஒரு தகவல் தொடர்பு கருவி பற்றியும் அதன் இயக்க விதிகளையும் அறிந்துகொண்டான். இயற்கை அறிவியலின் அடிப்படையில் தன்னுடைய மாட்டுத் தொழுவத்தில் ஒரு தொலைபேசி அலுவலகத்தை உருவாக்கினான். அவன் வீதியில் இருந்த பத்து வீடுகளுக்கு மட்டும் இணைப்புத் தந்தான். மன்னர் மாளிகைக்கே வராத தொழில்நுட்பம் மாட்டுத்தொழுவத்தில் இருப்பதா என்று சினங்கொண்ட அதிகாரிகள் அவன் அலுவலகத்தை இடித்தனர். அவன் வளர்த்த மாடுகளை காம்புகளில் வெடிவைத்துக் கொன்றனர். அபாய கருவிச் சட்டத்தின் கீழ் குற்றம் சுமத்தப்பட்டு சிறையில் அடைக்கப்பட்டான் கார்ப்.

அவகூமின் குடும்பம் நெசவு குடிசைகள் நிறுவி தம் மக்களுக்கான உடைகளைத் தயாரித்து வந்தனர். குறிப்பாக டுகோபார்ஸ் அணியும் தொப்பிகளை பெருமளவில் தயாரித்தனர். உள்ளூருக்கு ஆடை வழங்கிக்கொண்டிருந்தவர்கள் கிழக்கு கிராமங்களுக்குத் தொப்பிகளை அனுப்பத் தொடங்கியபோது சுங்க அதிகாரிகள் அனுமதிக்கவில்லை. அவர்கள் தங்கள் எதிர்ப்பை காட்டும் விதமாக அவகூமின் தந்தையின் தலையைச் சீவி அதில் ஒரு தொப்பியை மாட்டி ஆற்றில் மிதக்கவிட்டனர். சுங்க அதிகாரியின் மீது அரசு வழக்குத் தொடுக்கவேண்டும் என்று அவகூம் தரப்பில்

மனு அளிக்கப்பட்டது. அந்த இரவே அவகூம் 'ஆடை ஏற்றுமதி விதி'யின் கீழ் கைது செய்யப்பட்டான்.

ஒரு நூற்றாண்டு காலமாக தொடரும் சமூகப் பதற்றம் தணியவேண்டுமெனில் டுகோபர்ஸ் நாடு கடத்தப்பட வேண்டும் என்று அரசு முடிவெடுத்தது. கனடா நாடு டுகோபர்ஸ்சை வரவேற்க

தயாராக இருந்தது. ஆனால் ஆறாயிரம் மைல் பயணத்திற்கான செலவை ஏற்க முடியாது என உள்ளூர் அரசு கைவிரித்தது. பல நிலப்பிரபுக்களின் எதிர்ப்பை மீறி டுகோபர்ஸ்சுக்கு உதவ லியோ டால்ஸ்டாய் முன்வந்தார். தாய் மண்ணைப் பிரியும் இருண்மையோடும் தம் கொள்கைகளைப் பிரியாத பெருமையோடும் டுகோபர்ஸ் மக்கள் புலம் பெயரச் சம்மதித்தனர்.

அந்தக் கிண்ணத்தை நீ அருந்தியிருக்க வேண்டாம்.

டிமிட்ரி அவகூமைப் பார்த்து சொன்னான். காவலன் லெவோன் ஓங்கி மிதித்ததில் டிமிட்ரியின் இடது தோளில் சிவப்புப் புழுவைப் போல் ரத்தம் ஊர்ந்து வழிந்தது.

அவன் முகத்தருகே வந்து அமர்ந்த அவகூம்

'ஆறு நாட்களில் கப்பல் புறப்படப் போகிறது. இங்கிருந்து ஆயிரம் மைல் தொலைவில் இருக்கிறது பேட்டம் துறைமுகம். இன்னும் தாமதிக்க வேண்டுமா?' என்று துடித்தான்.

வலியால் அசந்த கண்களை மெல்லத் திறந்து 'நாளை இரவு' என்று சொல்லிவிட்டு மீண்டும் கண்களை மூடிக்கொண்டான் டிமிட்ரி. கார்ப்பும் அவகூமும் ஒருவரையொருவர் பார்த்துக் கொண்டனர்.

புடர்கா சிறைச்சாலையில் நாளொன்றிற்கு 90 நிமிடங்கள் மட்டும் கைதிகள் அனைவரும் பொது மைதானத்திற்கு அழைத்து வரப்படுவர். தங்கள் சிறை அறையில் இருந்து மைதானத்திற்கு வர அவர்களுக்கு வழி தெரியக்கூடாது என்பதற்காக கண்கள் கட்டப்பட்டு இரண்டு கைகளும் முதுகுக்குப் பின்னால் விலங்கிடப்பட்டு தலைக் கவிழ்த்து இழுத்து வரப்படுவர். மைதானத்தில் இருந்து சலவையகம் செல்லும் வழியில் ஒரு குறுக்குப் பாதை இருக்கிறது. அந்தப் பாதையின் முடிவில் எளிதில் தாண்ட முடிந்த சுவர் உண்டு. அந்தச் சுவரை தாண்டினால் அருகில் இருக்கும் வருவாய் அலுவலகத்தின் கழிவுநீர் கால்வாயை அடையலாம். அதன்வழி மையச் சாலைக்கு தப்பிக்கலாம். ஆனால் சலவையகத்தின் குறுக்குப் பாதையில் இருபதுக்கும் மேற்பட்ட வேட்டை நாய்கள் உலவிக்கொண்டிருக்கும். அதுவும் கைதிகள் வரும் அந்த 90 நிமிடங்களில் அவை அரை பசியோடு அலையும். அந்த நிமிடங்களில் எந்த கைதியும் தப்பிக்க வாய்ப்பில்லை. யோசிப்பது வீண்.

புடர்கா சிறை காவலர்களும் வேட்டை நாய்களும் ஓய்வெடுக்கும் ஒரே நேரம் இரவு 12 மணி முதல் 12: 10 வரை.

நடுநிசிக் காவலர்கள் நாள் பணியாளர்களை மாற்றிவிட வருவர். வேட்டை நாய்களும் இறைச்சித் தொட்டிக்கு அனுப்பப்படும். சிறை வளாகம் முதல் மைதானத்தின் குறுக்குப் பாதை வரை அதிகாரத்தின் ரேகையே இல்லாத நிமிடங்கள் அவை. எல்லா சிறைகளும் பூட்டிக்கிடக்கின்றன என்ற நம்பிக்கையில் எந்த கட்டுப்பாடுமின்றி இரவு திறந்திருக்கும்.

சரியான நேரம்தான். ஆனால் சிறையறையை விட்டு வெளியேறுவது எப்படி?

டிமிட்ரியிடம் எந்த பதிலும் இல்லை என்று நினைத்துதான் இரண்டு மாதங்களுக்கு முன் கார்ப் அந்த கேள்வியைக் கேட்டான். ராணுவ தளவாடங்களுக்கான இரும்பாலையில் சிறைச்சாலைகளுக்காகவே வார்க்கப்படும் குலாக் பூட்டை உடைக்கிற வல்லமை டிமிட்ரிக்கோ, கார்புக்கோ அவகூமுக்கோ இல்லை. மூவரும் தற்போது இருப்பது புடர்கா வளாகத்தின் ஒரு மாற்றுச்சிறை. சைபீரியாவுக்கு கைதிகளை அனுப்புவதற்கு முன் அவர்களுக்கு மருத்துவப் பரிசோதனைகள் மேற்கொள்வதற்கான விடுதிச்சிறை.

மூவரும் புதிய சிறைக்கு வந்த முதல் நாள் அங்கே ஒரு பாம்பு பிடிபட்டது. காவலர்கள் அதை பிடித்துக்கொண்டு போய்விட்டார்கள். அந்தச் சிறைக்குள் அது எப்படி வந்தது என்று தெரிந்துகொள்ள விரும்பினான் டிமிட்ரி. அவர்கள் உறங்கிக்கொண்டிருந்தபோது அறையின் மேற்கு மூலையில் வட்ட வடிவிலான ஒரு குழாய் திறவின் வழியாக அந்த பாம்பு நுழைந்திருக்கிறது. எல்லா சிறையறையின் தரையிலும் அப்படி ஒரு திறவு இருக்கிறது. அவை யாவும் பூமிக்கடியில் பதிக்கப்பட்டிருக்கும் ஒரே பெருங்குழாயின் வெவ்வேறு திறவுகள்.

லெவோனின் அலுவலகத்தில் சுவரில் மாட்டப்பட்டிருந்த வரைபடத்தில் அந்தப் பெருங்குழாய் குறித்த சில தகவல்களை தெரிந்துகொண்டான் டிமிட்ரி. சிறையில் கலவரம் நேர்ந்தால் கைதிகளை உடனடியாக கட்டுக்குள் கொண்டுவர அந்த பெருங்குழாயின் ஒருமுனையில் தீ மூட்டப்படும். உள்ளே ஏற்கனவே நிரப்பப்பட்ட மயக்கம் தரக்கூடிய வேதிப்பொருள் உருண்டைகள் எரிந்து அதன் புகை சிறையறைகளின் திறவுகள் வழி வெளியேறும். வேதிக் குழாய் முடியும் இடம் மைதானம் என்பதால் மைதானத்திலும் அதன் வழி பிற இடங்களுக்கும் புகை பரவும். அப்புகையை சுவாசிக்கும் கைதிகள் இரண்டு மணி நேரத்திற்கு சுய நினைவை இழப்பார்கள். அதற்குள் அவர்களை விலங்கிட்டு

கட்டுப்படுத்த முடியும். வேதிக் குழாய் தீ மூட்டப்படும்போது அதிகாரிகள் அவரவர் அறைக்குள் மறைந்து கொள்வர்.

அது மனிதர்கள் நுழைய வடிவமைக்கப்பட்ட சுரங்கக் குழாய் அல்ல எனினும் அதன் பரிமாணங்களைப் புரிந்துகொள்ள டிமிட்ரி முயற்சித்தான். தன் அறையின் குழாய் திறவில் தன் தலையை விட்டு பார்த்தான். எளிதில் நுழைந்தது. ஆனால் உடல் நுழைக்க முடியவில்லை. புகை வெளியேறும் இடத்தில் அழுத்தம் அதிகம் இருக்க வேண்டும் என்பதற்காக அது குறுகலாக செதுக்கப்பட்டிருந்தது. அந்தப் புள்ளியில் தொடங்கி அவன் நீளவாக்கில் பூமியைத் தடவிக்கொண்டே தவழ்ந்தான். குழாயின் திறவு பகுதியை விட புதைவுப் பகுதி சற்றே விரிவானது என்பதை உணர்ந்தான். அதிகாரிகள் யாருமற்ற இரவு 12:00 மணிக்கு வேதிக்குழாய் வழியாக ஊடுருவி மைதானத்தை அடைவதே சிறந்த வழி என அவனுக்குத் தோன்றியது. ஆனால் அதில் புகுந்து வெளியேற உடல் மெலிந்தாக வேண்டும். உள்ளே நுழைவது முதல் வெளியேறும் வரை அக சுவாசம் பழகும் மூச்சுப் பயிற்சி மூவருக்கும் வேண்டும்.

விடுதலையின் கடைசி ஆயுதம் உடல்.

டிமிட்ரி தன் பயிற்சிகளைத் தொடங்கி ஒரு மாதம் முடிந்துதான் அவன் சொன்ன தத்துவத்தின் பொருள் புரிந்தது மற்ற இருவர்க்கும். உடற்பயிற்சி, மூச்சுப்பயிற்சி, ஆசனங்கள், உணவு கட்டுப்பாடு மூலம் மூவரும் மெல்ல மெல்ல இளைத்தனர். சிறைக்கு வந்தபோது இருந்த உருவத்தின் ஒரு சீவலாக மூவரும் மெலிந்தனர். இரண்டே மாதங்களில் கைகளும் கால்களும் தசை இழந்து கத்திகள் போல் அசைந்தன.

அந்தச் சிறை அறைக்குள் ஏதோ மாயம் நிகழ்வதாகக் காவலர்கள் பேசிக்கொண்டனர். அது என்ன மாயம் என்று நானும் பார்க்கிறேன் என்று லெவோன் உள்ளே வந்தபோதுதான் அந்த பீட்ரூட் சாறு கிண்ணங்கள் அருந்தப்படாமல் இருந்தன. அங்கே அமர்ந்திருந்தவர்கள் கைதிகளா அல்லது அவர்களின் நிழல்களா என்று புரியாமல் ஒரு நொடி தடுமாறினான் லெவோன். மூவரும் சைபீரியாவுக்குச் செல்வதற்கு முன் உண்ணாவிரதம் இருந்து இறக்கத் திட்டமிட்டிருப்பதாக அவர்களின் தோற்ற வற்றுச் சொல்லியது. பயந்து போனான் லெவோன். அந்த பயத்தில்தான் அவர்களை மிதித்தான்.

தாம் தப்பித்துப் போவதற்கான டிமிட்ரி சொன்ன அந்த ‘நாளை இரவு’ வந்துவிட்டது. மணிக்கூண்டில் 12:00 மணி. ஆள்

அரவமற்று கிடந்தது வளாகம். வேட்டை நாய்கள் இறைச்சித் தொட்டிக்குப் பாய்ந்து விட்டன. காவலர்கள் மணிக்கூண்டின் கீழ் நெருப்பு வளர்த்து குளிர் காய்ந்திருந்தனர்.

'இப்போது' என்று டிமிட்ரி தலையாட்டினான். இடையூறாக இருக்கக்கூடும் என்பதால் கைதிகள் மூவரும் முதலில் ஆடைகளைக் கழற்றி வீசினார்கள். வேதிக் குழாயின் திறவுக்குள் ஒருவர் பின் ஒருவராக நுழைந்தனர். டிமிட்ரி எதிர்பார்த்ததை விட அது குறுகலாகத்தான் இருந்தது. அதற்கும் சேர்த்து அவர்கள் இளைத்திருந்தனர். நிலத்தடி நீர் போல் மெல்ல மெல்ல பூமிக்கடியில் நகர்ந்தனர். வேதிக் குழாயில் ஏற்கனவே எரியூட்டப்பட்ட உருண்டைகளின் கசடுகள் படிந்திருந்தன. அது அவர்களின் உடலில் ஒருவித எரிச்சலைத் தந்தது. கார்ப்பால் எளிதில் சுவாசிக்க முடியவில்லை. அவனுக்கு முன்னால் ஊடுருவிக்கொண்டிருந்த அவகூமின் பாதங்களை அழுத்திப் பிடித்துக்கொண்டான். ஒரு நகர்வைப் பிடித்துக்கொண்டிருக்கிறோம் என்ற நம்பிக்கை அவன் சுவாசக்குறையை மறக்கச் செய்தது.

மூவரும் பல சிறையறைகளைக் கடந்து வேதிக் குழாயின் இறுதிமுனை வழியே மைதானத்தில் விழுந்தனர். தங்கள் உயிர்களைத் திரட்டி பெருமூச்சு விட்டனர். கருவறையை விட்டு வரும்போது உணரும் அதே நிராயுதம் அவர்கள் கண்களில் துடித்தது. அது நிலைத்திருக்க நேரம் இல்லை. சலவையகத்திற்குள் நுழைந்து அங்கே குவிந்திருந்த ஆடைகளை அள்ளி அணிந்துகொண்டனர். கடுமையான குளிரில் நிர்வாணம் கூட ஒரு வீரம்தான் என்று கார்ப் எண்ணிக்கொண்டான். மாஸ்கோவின் பனிப்பொழிவு மரணத்தின் உராய்வு போல் இருந்தது அவர்களுக்கு.

மைதானத்தில் யாரும் இல்லை. ஆங்காங்கே பதிந்திருந்தன அதிகாரிகளின் பூட்ஸ் கால்தடங்கள். அவை எந்த நொடியும் உருபெற்று தன்னை எட்டி உதைக்கலாம் என்று கார்ப் நினைத்தான். வெறும் கால்தடங்கள்தான் எனினும் அவற்றைக் கடப்பது அவனுக்கு எளிதாக இல்லை. சலவையகத்தின் குறுக்குப் பாதையை அவர்கள் அடைந்தபோது பனிப்புதைவில் இரண்டு கருங்கற்கள் மின்னிக்கிடந்தன. டிமிட்ரி ஓரடி பின்வாங்கினான். மற்ற இருவரையும் எச்சரித்தான். எதற்காக என்று அவகூம் கேட்பதற்குள் பனித்திரட்சியில் புதைந்திருந்த கருங்கற்கள் போன்ற கண்களை உருட்டிக்கொண்டு வேட்டை நாய் ஒன்று உடலைச் சிலுப்பி எழுந்தது. அது நாயா நரியா கரடியா என்று கார்ப் திகைத்தான். அதன் உயரத்தையும் பருமனையும் வைத்து அது ஒரு மலைச்சாதி நாய் என்று டிமிட்ரி புரிந்துகொண்டான்.

கபிலன் வைரமுத்து • 107

நாய் குரைக்காமல் இருக்க வேண்டுமெனில் அதற்கு நாம் இரையாக வேண்டும் அதைச் சொல்லிவிட்டு மற்ற இருவரையும் பார்த்தான் டிமிட்ரி. அவகூம் மெல்ல நகர்ந்து சென்று அந்த நாயிடம் தசையற்ற தன் காலைக் கொடுத்தான். அது அவன் மார்பில் பாய்ந்தது. குரைத்துக்கொண்டே அவனைக் குதறியது. ஆனால் குரைப்பிற்கு அது முன்னுரிமைத் தரவில்லை. அவகூமின் மீது பாய்ந்த நாயின் மீது டிமிட்ரி பாய்ந்தான். அதன் கால்களைப் பிடித்திழுத்தான். நாய் தன் கூரிய பற்களால் டிமிட்ரியின் தோளைக் கவ்வியது. அந்தச் சண்டையின் அதிர்வலை நான்கு திசையிலும் பரவுவது கார்ப்புக்கு நடுக்கத்தை ஏற்படுத்தியது. எந்த நேரமும் துப்பாக்கியோடு காவலர்கள் வந்துவிடலாம் என அஞ்சினான். நாய் மெல்ல மெல்ல மௌனமானது. அது மீண்டும் பனித்திரட்சியில் தன்னை புதைத்துக்கொண்டது.

மூவரும் அந்த குறுக்குப் பாதையின் எல்லையை அடைந்தனர். ஒருவர் மீது ஒருவர் ஏறி கார்ப்பும் அவகூமும் மதில் சுவரைக் கடந்தனர். இருவரும் மதில் சுவரின் வேலியில் பாதங்களை சுற்றிக்கொண்டு உயரத்தில் இருந்து தலைகீழாகத் தொங்கி டிமிட்ரியைத் தூக்கிவிட்டனர். வருவாய் அலுவலகத்தின் கழிவுநீர் கால்வாய் பாதையில் கால் வைத்தனர்.

நாய் ஏன் நம்மைத் துரத்தவில்லை.

கார்ப்புக்கு அது அவசியம் தெரிந்தாக வேண்டும்.

“உயிரினங்களின் கண்களில் ஓர் உரையாடல் உண்டு. அதற்கு நாம் செவிகொடுத்தாலே அவற்றின் தோழமையை நாம் பெறலாம். மனிதர்களைத் தவிர இந்த உலகில் நமக்கு எதிரிகள் இல்லை.” என்று டிமிட்ரி சொல்லி முடிப்பதற்குள் அவகூமின் நெற்றியில் ஒரு தோட்டா பாய்ந்தது. அவன் கண்களை அகலத் திறந்து தரையில் சாய்ந்து மாய்ந்தான். நிலத்தில் வெள்ளையாகவும் அவன் பிணத்தில் சிவப்பாகவும் பனி பெய்தது. வருவாய் துறை அலுவ்லகத்தின் பின்வாசல் வழியாக நுழைந்த ஒரு துப்பாக்கிப் படை ‘கைதிகளை உயிரோடு பிடிக்க வேண்டும்’ என்ற லெவோனின் உத்தரவை முதல் தோட்டாவிலேயே மீறிவிட்டார்கள். அவர்களின் அடுத்தடுத்த தோட்டாக்கள் தாக்குவதற்குள் டிமிட்ரியும் கார்ப்பும் அந்த இடத்தைவிட்டு ஓடி மறைந்தனர்.

மன்னரின் பிறந்தநாளுக்காக அமைக்கப்பட்ட ஓவியக்கூலிகளின் பாசறையில் இரண்டு நாட்கள் தங்கிவிட்டு டுகோபர்ஸ் கப்பல் புறப்படவிருக்கும் பேடம் துறைமுகத்திற்கு இருவரும் வந்து

சேர்ந்தனர். வாயில் பூங்காவில் பிர்ச் மரத்தடியில் அமர்ந்து இளைப்பாறினர். கார்ப்பால் அவகூமை மறக்க முடியவில்லை. அந்த துறைமுகமே அவனுக்கு அவகூமின் முகமாகத் தெரிந்தது.

"அவன் மரணத்திற்கு நீயோ நானோ காரணமில்லை." டிமிட்ரியின் மொழிகள் எதுவும் கார்ப்பின் கொந்தளிப்பைத் தணிக்கவில்லை.

கனடா செல்லும் கப்பலில் பயணம் செய்வதற்காகக் காத்திருந்த யாரும் டிமிட்ரிக்கு அறிமுகமில்லை. அவனுடைய கிராமத்தைச் சேர்ந்தவர்கள் அந்த முதல் பயணத்தில் இடம்பெறவில்லை. அவனை அறிந்தவர்களால் கூட அவனை அடையாளம் காணமுடியாத அளவிற்கு அவன் மெலிந்திருந்தான். பயண அலுவலகத்தில் இருவரின் பெயரையும் பதிவுசெய்துவிட்டு மீண்டும் வாயில் பூங்காவிற்கு வந்தபோது அங்கே கார்ப்பை காணவில்லை. துறைமுகமெங்கும் தேடியும் கார்ப்பைக் கண்டறிய முடியவில்லை.

உங்களோடு வந்தவர் காவல்படையோடு பேசிக்கொண்டிருந்தார் என்று ஒரு பெரியவர் சொன்னபோது டிமிட்ரிக்கு புரிந்துவிட்டது. அவன் நிதானமாக நடந்துசென்று காவல்படை அலுவலகத்தின் எதிரே இருந்த தின்பண்ட குடிலில் நின்றான். ஒரு சில மணித்துளிகளுக்குப் பின் காவலர்கள் கார்ப்பை கைது செய்து இழுத்து செல்வதைக் காண முடிந்தது. அவகூமின் இழப்பை மறக்க காவலர்களிடம் சரணடைவதைத் தவிர கார்ப்புக்கு வேறு வழி தெரியவில்லை. அவனைக் காவலர்களிடம் இருந்து காப்பாற்றினாலும் அவன் குற்றவுணர்வு அவனை நடுக்கடலில் தற்கொலைக்குத் தள்ளும் என்று டிமிட்ரி நினைத்தான். ஒருவேளை தன்னையும் அவன் காட்டிக் கொடுத்திருப்பானோ என்ற எண்ணம் டிமிட்ரிக்கு வரவில்லை. தூரத்தில் தெரிந்த கார்ப்பின் நடையில் துரோகம் இல்லை.

ஜனவரி நான்காம் நாள் கப்பல் புறப்பட்டது. கடல் அலைகளின் பரவசம் கப்பலில் இல்லை. கருங்கடலின் தட்பவெப்ப நிலையை விட புலம் பெயரும் வலி அம்மக்களை வாட்டிக்கிடந்தது. குழந்தைகளையும் பெரியவர்களையும் அன்போடு உபசரித்துக் கொண்டிருந்த டால்ஸ்டாயின் மகன் செர்ஜி டிமிட்ரியின் கண்களுக்கு தேவதூதனாய் தெரிந்தார். ஆனால் மற்றவர்களின் கண்கள் டிமிட்ரியை ஏற்கவில்லை. அல்லது அவன் அப்படி உணர்ந்தான். அவன் சிறையில் இருந்து தப்பித்தவன் என்ற செய்தி பயணிகளிடையே கசிந்துவிட்டது.

ராணுவ அதிகாரிகள் தங்கள் இலக்குகளை நிறைவேற்ற சில நேரங்களில் சிறை கைதிகளுக்கு ரகசியமாக பயிற்சியளித்து அனுப்பும் வழக்கம் உண்டு. அந்த ரகசிய மையங்களை நரித்தடம் என்பர். டிமிட்ரி ஒருவேளை நரித்தடத்தை சேர்ந்தவனாக இருப்பானோ என்ற அச்சம் அந்தக் கப்பலில் நிலவுவதாக அவனுக்குத் தோன்றியது.

தான் யார் என்பதை நிரூபிக்கும் அவசரமோ ஆர்வமோ அவனுக்கில்லை. தன் மக்களே தன்னை அந்நியனாக பார்த்தது அவனை மௌனமாக்கியது. அடுத்தத் துறைமுகத்தில்தான் இறங்கிவிட வேண்டும் என்று முடிவு செய்தான். யாரோடும் பேசாமல் அவன் கடலோடு பயணித்தான்.

பனிமேடுகளைக் கடந்து கப்பல் முன்னேறிக்கொண்டிருந்த அடுத்த நாள் காலை உணவுக் கிடங்கில் உறங்கிக் கிடந்த டிமிட்ரியை யாரோ எழுப்பினார்கள். அந்த விரல்களின் மென்மை அவன் உறக்கத்தை ஒவ்வொரு இதழாகப் பிரித்தது. கண் விழித்தான். குளிர்கால ஆடைகளுக்குள் தன்னைப் புதைத்துக்கொண்டு சிறுவன் ஒருவன் நின்றிருந்தான். அவன் முகம் அவனுக்கு தன் மாணவி ஒருத்தியை ஞாபகப்படுத்தியது. இவன் அவளுடைய உறவுக்காரப் பையனாக இருக்க வேண்டும். தான் யார் என்ற தகவல் இவன் மூலமாக கப்பலில் இருக்கும் அனைவருக்கும் தெரிந்திருக்க வேண்டும் என்று டிமிட்ரி ஊகித்தான். அந்தச் சிறுவன் டிமிட்ரியைப் பார்த்து புன்னகைத்தான். அவன் பின்னால் பெரியவர்களும் இளைஞர்களும் புன்சிரிப்போடு காணப்பட்டனர்.

டிமிட்ரியை அவர்கள் ஏற்றுக்கொண்டார்கள் என்பதற்கான அன்பீடாகத் தன் கையில் இருந்த லேப்ஷனிக் பண்டத்தை டிமிட்ரிக்கு தின்னக் கொடுத்தான் சிறுவன். அவன் நிம்மதியோடு அதை வாங்கியபோது அந்தச் சிறுவனின் மணிக்கட்டைப் பார்த்தான். தப்பித்தலுக்கோ துப்பாக்கிகளுக்கோ அதிராதவன் அந்த நொடி அதிர்ந்து போனான். அந்தச் சிறுவன் கையில் அம்மைத் தொற்று கொப்பளங்கள். ஆரம்ப நிலை. அவன் முழுக்கை ஆடையை லேசாக விலக்கி கைகளைப் பார்த்தான். ஆங்காங்கே சிவப்புச் சிவப்பாய் அது பரவத் தொடங்கியிருந்தது. அந்தக் கொப்பளங்களின் தன்மையைப் பார்க்கும்போது சிறுவனுக்கு வந்திருப்பதுதான் மூலத் தொற்று என்பதை உணர்ந்தான். அடுத்த சில நாட்களில் சிறுவனிடம் இருந்து மற்றவர்களுக்கும் அது பரவலாம். அது பயணத்தையே சீர்குலைக்கலாம். புதிய சுதந்திரத்தை நோக்கி பயணிக்கும் தம் மக்களுக்குக் கப்பலே

கல்லறையாகிப் போகலாம். அவன் மனக்கண்ணில் அந்தக் கொடூரமான விளைவுகள் சித்திரங்களாக எழுந்து மறைந்தன. காலம் எதற்காகத் தன்னை அந்தக் கப்பலுக்கு கொண்டு சேர்த்தது என்று டிமிட்ரி புரிந்துகொண்டான்.

அன்று மாலை உணவும் நீரும் நிரப்புவதற்காகக் கப்பல் ஓர் இடைத்துறைமுகத்தில் நின்றது. இரண்டு மணி நேரத்திற்குப் பின் கப்பல் மீண்டும் புறப்பட்டபோது டிமிட்ரியும் அந்தச் சிறுவனும் அதில் இல்லை.

★

[குறிப்பு: 1899ஆம் ஆண்டு ரஷ்யாவில் இருந்து டுகோபர்ஸ் மக்கள் புறப்பட்ட கப்பலில் ஒரு குழந்தைக்கு அம்மைத் தொற்று ஏற்பட்டு பல்வேறு இன்னல்களுக்கு பிறகு கப்பல் கனடாவை அடைந்தது.]

## சீவகன்

பட்டு வேட்டி மண்ணுல படாம தூக்கிப் பிடிச்சு வில்லு வண்டில ஏறி தங்கக் கம்பிய பூட்டிகிட்டாரு மஞ்சவேலம்பட்டி சமீன்தாரு சீவகன். வண்டியோட்டி ஒத்தாசி சாட்டைய சுழட்டி 'டுர்'ருனதும் குங்குமம் வச்ச மாடுக குதூகலமா எட்டு வச்சுதுக. வஞ்சிக்கொடிய பொண்ணு பாக்க போற கிறக்கம் சமீன்தாருக்கு இருந்துச்சோ இல்லையோ மாடுகளுக்கு நல்லாவே இருந்துச்சு. தடபுடலு இல்லாம தனியா போவணும்னு சீவகன் நெனச்சாரு. வில்லு வண்டி கூடாரத்துக்கு புது வண்ணம் கூட பூசல. மெத்த நாடாவுல புது முத்து எதுவும் கோக்கல. ஆறடி ஆளு ஒசரமும் உசுரும் ஒடுங்கிப் போய்த்தான் ஒக்காந்திருந்தாரு. எதிருல வந்துபோற வண்டி சக்கரமெல்லாம் அவருக்கு தென்ன மர வட்டமாவே தென்பட்டுச்சு. அதுல அவங்க ஐயா முகம் உருண்டு திரண்டு ஓடி போச்சு.

அம்மா இல்லாத குறையே தெரியாம சீவகன வளத்தாரு பெரிய சமீன்தாரு ஐயா அழகர்சாமி. அவர் 1944வருசம் காசநோய்ல படுத்தாரு. அப்பவே சீவகன சமீன்தாராக்கி தன் மகனுக்கு சொந்த பந்தத்தையும் சொத்து பத்தையும் சொல்லித் தந்தாரு. ஆயிரம் சொத்து இருந்தாலும் அவர் ஆசையா வளத்த நூறு ஏக்கர் தென்னதான் அவருக்கு செல்லம். சமீன் கோட்ட அவர் முகம். தோப்புக்கு நடுவுல அவர் கட்டிகிட்ட மண் வீடுதான் அவர் மனசு. அங்க படுத்த படுக்கையா இருந்தப்ப கூட காய்வெட்டு கணக்க அவரே பாப்பாரு. தென்னைக்கு வேப்பம்புண்ணாக்கு அவரே அள்ளி வைப்பாரு. மழ காத்துல மரமெல்லாம் சிலுத்து சிணுங்கி சிரிக்கறத அவர் பாக்கிற நேரம் 'ஆத்தி இது இந்தாள பொழைக்க வச்சிரும் போலிருக்கே'னு காசநோயே கவலப்படும்.

*1945*வது வருசம் தை மாசம் அவர் உசுரு பிரிஞ்சுச்சு. தோப்புக்கு நடுவுல குழிய வெட்டி அவங்க ஐயாவா புதச்சு அஞ்சடிக்கு கோபுரம் வச்சு சமாதி செஞ்சாரு சீவகன். காரியம் முடிச்ச பத்தாவது நா தோப்புக்குள்ள புகுந்துச்சு அந்தக் கருகரு பிசாசு. அது பேரு காண்டாமிருக வண்டு.

அம்மாவாச இருட்டு சில்லு சில்லா ஒடஞ்சு பகல் பூரா தெறிக்கிற மாதிரி அம்புட்டு வண்டுங்க. தென்னங்குறுத்த அரிச்சு நூத்துக் கணக்கான எல மரங்கள வெளங்கவிடாம செஞ்சுச்சு. முழு நீள மட்டையெல்லாம் முக்கோணமா செதஞ்சுச்சு. குருத்து இனிப்புக்காக அதுக வருதுனு ஒத்தாசி சொன்னது உண்மதான். நாலு மாசத்துல நல்ல நல்ல மரமெல்லாம் நாசமாகிப் போச்சு. சமீன்தாரு சீவகன் வடக்க தெக்க விசாரிச்சு என்னென்னமோ செஞ்சு பாத்தாரு. எவனோ சொன்னான்னு ஆந்தைய வரவழைக்க அதுக்கு கூண்டெல்லாம் செஞ்சு மரத்துல கட்டி விட்டாரு.

சில்க்கு கம்பிய பழுக்கக் காய்ச்சி தென்னங்குருத்துக்குள்ள விட்டு பாத்தாரு. உள்ள இருந்த வண்டு முதுகுல கம்பி சொருகும்போது "நொறுக் நொறுக்கு"னு சத்தமெல்லாம் கேட்டுச்சு. அது வண்டுக்கு சுகமா இருந்துச்சு போல. உள்ள வந்த ஒரு வண்டும் ஊர் திரும்பல.

ஐயா கண்ணுக்குள்ளயே வச்சு வளத்த தோப்ப வண்டுக்குக் காவு கொடுத்துருவோமோனு சீவகன் நடுங்கிப் போனாரு. ஆறு மாசத்துல சீம உரம் வரப் போகுதுனு ராணிப்பேட்டைல இருந்து தகவல் வந்திருக்கு. புதுசா உரம் வைக்கிறத்துக்கு முன்னாடி எப்பாடு பட்டாவது வண்டுகள விரட்டியடிக்கணும்னு சீவகனும் அவர் தோட்டக்காரவகளும் துடியா துடிச்சாக.

"தோப்பு தேங்காய்னு ஒத்தையாவே இருந்தா எப்படி மவனே போ போய் உன் அத்த மகள பாத்துட்டு வா" சித்தப்பா மருதன்தான் சீவகன அனுப்பி வச்சாரு. காசநோய் ஐயா சாவு காண்டாமிருக வண்டுனு ஆடிப் போயிருந்தவரு ஒரு வருசத்துக்கு பிறகு வில்லு வண்டி ஏறி வஞ்சிக்கொடிய பாக்க போறாரு. ஒலகப் போரு ஒத்துழையாம இயக்கம்னு மூணு வருசமா என்னென்னமோ நடந்து போச்சு. எதுக்கும் அசராம ஹரிதாஸ் படம் மட்டும் மூணு தீவாளியா லட்சுமி கொட்டாயில ஓடிக் கிடந்துச்சு.

சீவகன் பாக்க சுமாரான ஆளுதான். வண்டுச் சுத்து அவர இன்னும் சுமாராக்கி போச்சு.

எத்தன தங்கச்சங்கிலி போட்டாலும் மினுமினுப்பு கூடாத மேனி அவருக்கு. சுட்டு பல நாளான பணியாரக் கன்னம். முறுக்குக்குக் கைவராத மண்புழு மீச. அவருக்கு இருந்த ஒரே

நளினம் அவர் தலமுடிதான். மஞ்சவேலம்பட்டி பாகவத சமீனுனு வயசு பொம்பளைக ஆசையா பேசுவாளுக. சடசடனு வளந்திருக்கும் பின்முடிய விட நெத்தியில சுருண்டிருக்கும் ஒத்த கொக்கி முடி கொள்ள அழகு. தல வார மத்த மசிருக்கு ஒரு சீப்பும் அந்த ஒத்த மசிருக்கு ஒரு சீப்பும் வச்சிருந்தாரு சீவகன்.

திருச்சி மலக்கோட்டைல இருந்து பத்து மைல் தொலைவுல இருக்கு வஞ்சிக்கொடி வளந்து நிக்கிற வேய்ங்குழலூர். ஆட்டுப் பண்ண மாட்டுப் பண்ண வாழத்தோப்பு மாந்தோப்பு பூண்டு யாவாரம் எண்ண யாவாரம்னு பெரிய பொழப்பு பொழைக்கற வஞ்சிக்கொடி அப்பா முத்துபாண்டியும் பாதி சமீன்தாரு. அதெல்லாம் எவன் கேட்டான். வஞ்சிக்கொடிக்கு முன்னாடி பொன்னாவது பூமியாவது. அவ மழ பேஞ்ச மல்லிகத் தோட்டத்த விட வனப்பானவ. அவ நிறத்த பாத்து பொறாமப்பட்டு தானே நசுங்கி வீணா போகும் வேய்ங்குழலூர் எலுமிச்சைக. கிளிவால் போல நீண்ட கண்ணு. இப்பதான் முத்தம் வச்சு முடிச்சாப்பல எப்பவும் இருக்கும் உதடு. அந்த உதட்டுச் சிவப்ப எடுத்துக் கொடுக்க ஒரு சித்தெறும்பு மச்சம். பல ஊரு சம்மந்தம் அவள தேடி வந்தாலும் மாமன் சீவகனத்தான் கட்டுவேன்னு அவ பத்தியம் இருந்தா.

சின்ன வயசுல பாண்டி, உப்பு மூட்ட, மாப்ள வண்டினு எல்லா விளையாட்டும் சீவகனோடத்தான் விளையாடியிருக்கா. சமீன்தார ஒறவா மட்டுமே பாத்து பழகினவளுக்கு அவர் உருவம் ஒண்ணும் குறையா தெரியல. வளந்து பெரியாளானதும் பல வருசமா அவ சீவகன பாக்கல. அந்த பாகவதர் தலவெட்டு பத்தி அவ காதுக்கும் வந்துச்சு. அது என்னென்னு பாக்க அவ காத்திருந்தா.

வில்லு வண்டி வேய்ங்குழலூர் எல்லைக்குள்ள வந்ததுமே வண்டு புராணமெல்லாம் மறந்து 'வாழ்வில் ஓர் திருநாள்' பாட்டு மனசுக்குள்ள கேட்டுச்சு சீவகனுக்கு. சுந்தரவனம் தெருவுக்குள்ள வண்டி திரும்பும்போதே ஆரத்தி தட்டோட பெரிய வரிசை யில ஏகப்பட்ட பொம்பளைக வாயார வரவேத்து நின்னாளுக. வஞ்சிக்கொடி வீட்டு வாசப்படியில பட சூழ நின்னாரு முத்துபாண்டி. தங்கக் கம்பிய திறந்து எறங்கியாந்த சீவகனுக்கு கமகமனு சந்தன மால போட்டாரு. முத்துபாண்டிக்கு மூத்த மகன் வஞ்சிக்கொடிக்கு அண்ணன் பழனி முன்னால வந்து வணக்கம் வச்சான். சீவகன் சிரிச்சாரு. ஒத்தாசிய ஒரு பார்வ பாத்தாரு. அவன் வண்டியில இருந்த வாழத்தாரையும் தேங்காச்சாக்கையும் ஒரே

மூச்சுல தூக்கியாந்தான். சமீன்தார பாக்க வந்த நண்டு சிண்டுங்க 'இவர்தான் பாகவதர் சமீனு' அவனுங்களுக்குள்ள பேசிகிட்டு வில்லு வண்டிய சுத்தி வட்டம் கட்டி நின்னுதுக. "என்னயா உங்க எசமான் குதிரைல வருவாருனு பாத்தா கன்னுகுட்டில வந்திருக்காரு"னு ஒரு பெருசு சத்தமா சிரிச்சுது. அது பொக்க் வாய பொத்தி காதத் திருகனா பக்கத்துல இருந்த கிழவி.

அரண்மன சப மாதிரி இருந்த கூடத்துல பிரம்பு நாற்காலியும் மெத்தையும் பத்தாம நின்னுக் கிடந்தது ஒரு கூட்டம். முத்துபாண்டி சம்சாரம் பனவெல்ல பலகாரமும் மோரும் கொண்டு வந்து கொடுத்தா. வஞ்சிக்கொடி மட்டும் தல காட்டல. அவ அண்ணன் பழனிதான் நிறைய பேசுனான். போன வருசம் முடிஞ்ச ஒலகப் போருல வங்காளம் வழியா போய் தெக்காசியப் படைல சேந்து சண்ட செஞ்சவனாம். அவன் பெருமைய அவனே சொன்னான். அவங்க காட்டுக்கு வைக்க சீம உரம் வந்து எறங்கியிருக்கினு சொன்னவன் அந்த உரத்த பத்தி ஒரு பெரிய கத சொன்னான். ஒலகப் போர்ல மிச்சமான வெடி மருந்தாம். அதுதான் உரமா உருமாறி வருதாம். வந்துட்டு போகட்டும். அதுவா இப்ப முக்கியம். பொண்ணு பாக்க வந்த எடத்துல இந்த போர் வீரன் தொல்ல தாங்க முடியலனு சீவகன் பெருமூச்சு விட்டதும் விட்டாரு அது காத்துல போய் வஞ்சிக்கொடிய கூட்டியாந்திருச்சு. மஞ் சப் புடவையோட மதுரச் சிரிப்போட வந்து நின்னா வஞ்சி. விளையாட்டு பொண்ணா சீவகனோட திரிஞ்சவ வேற பொம்பளையா தெரிஞ்சா. சபையே சொல் இல்லாம போச்சா இல்ல தனக்குத்தான் எதுவும் கேக்கலையானு சீவகனுக்கு புரியல. அவர் வஞ்சிக்கொடிய பாத்த விவகாரமான பார்வ அவர தவிர அத்தன பேரையும் வெட்கப்பட வச்சுச்சு.

"என் மவ பெரிய ஓவியக்காரி. கொல்லப்பக்கத் தோட்டத்து சுவருல உங்களத்தான் வரஞ்சு வச்சிருக்கா. யம்மா வஞ்சிக்கொடி சமீன்தார கூட்டி போய் காட்டு."

எல்லாம் அரண்டு போனாய்ங்க. என்னதான் சமீன்தாரா இருந்தாலும் கல்யாணம் முடிக்காத புள்ளைய அவர் கூட தனியா போகச் சொல்றாரே முத்துபாண்டினு சலபுலனு பேச்சு. தன் அத்த மகளோடு தனியா ஒரு நிமிசம் பேசணும்னு யோசிச்சுதான் சமீன்தார் வந்தாரு. அதுக்கு மாமனே தாயம் போடுவாருனு அவர் நினைக்கல. தோள்ல சாத்தன பட்டுத்துண்ட கழுத்துக்கு சுத்திவிட்டு சட்டுனு எழுந்தாரு சீவகன். வஞ்சிக்கொடி முன்ன போக இவர் பின்ன போக கண்ணு முழியெல்லாம் அந்து போக அத்தன பேரும் பாத்தாக.

அந்தத் தோட்டத்து அறைல நாலஞ்சு கோழிக்குஞ்சு மட்டும் கய்யமுய்யனு கத்திகிட்டு குறுக்க நெடுக்க ஓடித் திரிஞ்சுதுக. சுவர பாத்து அசந்து போனாரு சீவகன். யார் யாரோ பாத்து வந்து சொன்னத வச்சு அவர அப்படியே வரஞ்சு வச்சிருந்தா வஞ்சிக்கொடி.

அந்தச் சுவத்துக்குப் பக்கத்துல போய் அந்தப் படத்துல அவர் தலமுடிய தடவிப் பாத்தாரு.

“நல்லா இருக்கியா வஞ்சிக்கொடி?”

அவ தரைய பாத்து தலைய மட்டும் ஆட்டி வச்சா.

“உன் மேல எனக்கு நிறைய ஆசனு நான் சொல்லி உனக்குத் தெரிய வேண்டியதில்ல”

அவ கண்ணுக்குள்ள சிரிச்சுக்கிட்டா.

“நான் கல்யாணம் கட்டிக்கப் போற பொண்ணுக்கு என்ன பத்தி எல்லாம் தெரியணும்.”

அவளுக்குப் புரியல.

சீவகன் அவர் தலைல கை வச்சு மொத்த தலமுடியையும் கொத்தா எடுத்தாரு.

“இப்ப என்ன பாரு.”

வஞ்சிக்கொடி தல நிமிந்து பாத்தப்ப தெகச்சு போனா. அவர் வேற ஆம்பளையா இருந்தாரு. அவர் தலைல இருந்த முடி அவர் கைல டோப்பாவா இருந்துச்சு. சீவகன் மண்டைல பத்து முடி இருந்தா பெருசு. முன் வழுக்க பின் வழுக்கனு முழுக்கிழமா தெரிஞ்சாரு. வஞ்சிக்கொடிக்கு நெஞ்சுக்குழி படபடத்துச்சு. ஏற்கனவே வார்த்த இல்லாதவ மூச்சும் இல்லாம போயிருமோனு பயந்தா.

“இதுதான் நான். என் கைல இருக்கிறது பொய். சின்ன வயசுலயே சொட்ட விழுந்து போச்சு. அத அசிங்கமா நினச்சு வருச கணக்கா நான் வெளிய வரல. எங்க ஐயா காசநோய்ல படுத்தப்ப ‘உன் தலைக்கு நான் ஒரு வழி பண்றேன்’னு சொல்லி ஒரு அலங்காரக்காரன கூப்ட்டு தியாகராச பாகவதர் தலமுடி மாதிரி டோப்பா வேணும்னு செய்யச்சொல்லி எனக்கு மாட்டி விட்டாரு. அதுக்கப்பறம்தான் நான் வெளிய வந்தேன். எல்லாரும் என் முடிய ரசனையா பாத்தாங்க. அது எனக்கு எந்த சந்தோசத்தையும் தரல. நான் எதுவா இருக்கனோ அத ரசிக்காம எது நான் இல்லையோ அத எல்லாரும் ரசிக்கறது எனக்கு வருத்தமா இருந்துச்சு. மத்தவங்கள

விடு. உனக்கு இந்த டோப்பா பிடிக்கறத்துக்கு முன்னாடி உண்மைய சொல்லியாகணும்னு ஓடி வந்தேன். இந்தச் சுவருல நீ வரஞ்சு வச்சிருக்கறத பாத்ததும் மனசு ஒடஞ்சிருச்சு. இந்தச் சுவரே இடிஞ்சு என் மேல விழுந்த மாதிரி பட்டுச்சு. இப்ப நீ என்ன பாத்துட்ட. நீயே முடிவு செஞ்சிக்க வஞ்சிக்கொடி. என்ன கட்டிக்கறன்னு சொல்லவும் வேணாம்னு சொல்லவும் ஒனக்கு எல்லா உரிமையும் இருக்கு. நான் வாரேன்."

சீவகன் மறுபடியும் டோப்பாவ மாட்டிகிட்டு அந்த அறைய விட்டு வெளிய போனாரு.

அவர் போற திசையவே வச்ச கண்ணு வாங்காம பாத்துகிட்டு இருந்த வஞ்சிக்கொடி அழுதா. அவ கண்ணுல வழிஞ்சது மண்ணுல திரிஞ்ச ஒரு கோழிக்குஞ்சு மேல சிந்துச்சு.

நாலு நாளைக்கு பிறகு தென்னந்தோப்பு மண் வீட்ல பூச்சிக்கொல்லி ஏஜென்ட்டு ஒருத்தன் காண்டாமிருக வண்ட அவன் மருந்த வச்சு ஒரு வழிக்குக் கொண்டார முடியும்னு சமீன்தாரோட பஞ்சாயத்து பேசிகிட்டிருந்தான். அப்ப மூச்சிரைக்க ஓடியாந்தான் ஒத்தாசி.

'பழனி அண்ணன் வந்திருக்காரு எசமான்.'

'யார் பழனி?'

'அம்மா அண்ணன்.'

'எந்த அம்மா? வெவரமா சொல்லுடா.'

'வஞ்சிக்கொடியம்மாவோட கூட பொறந்தவரு.'

'அவரா.. வந்திருக்காரா?'

சீவகன் எழுந்த வேகத்த பாத்து பூச்சி மருந்து ஏஜென்ட்டு மிரண்டு போனான். வாச வர போய் வணக்கம் சொல்லி பழனிய தன் தோப்பு திண்ணைக்குக் கூட்டியாந்து ஒத்தாசிய எளநி வெட்டியாரச் சொன்னாரு சீவகன்.

'கல்லாணத்துக்கு எங்க ஐயா மூணு தேதி தந்திருக்காரு. அத பத்தி பேசத்தான் வந்தேன்.'

பழனி பேச்சு சீவகனுக்கு இனிக்கல.

'வஞ்சிக்கொடி எதுவும் சொல்லலயா?'

'நல்லவேள கேட்டீக.'

கபிலன் வைரமுத்து • 117

பழனி அவனோட ஓலக் கூடையத் திறந்து அதுல வாழ எலைல சுத்தன ஒரு சட்டிய எடுத்தான். அதோட ஒரு காகிதமும் இருந்துச்சு. இரண்டையும் சீவகன் கைல திணிச்சான்.

'வஞ்சிக்கொடி கொடுக்கச் சொன்னா. இது ஆமணக்கு எண்ண. இத தலைல எப்ப எப்படி தேய்க்கணும்னு இந்தக் காகிதத்துல அவளே படம் போட்டிருக்கா.'

அந்தச் சட்டிதான் அவ சம்மதம்னு சீவகனுக்குப் புரிஞ்சுபோச்சு.

'உங்களுக்கிருக்கிற முடி வளத்திக்கு இதெல்லாம் எதுக்குனு தெரியல. அவ எதோ கிறுக்கி. கொடுத்து அனுப்பியிருக்கா.'

'அந்த மூணு தேதி எது?'

சமீன்தார் சல்லுசல்லுனு முன்னேறிப் போனாரு.

நாளெல்லாம் பேசி முடிச்சு நாட்டுக்கோழி அடிச்சு சமச்சு சீம்பால்ல பால்கோவா செஞ்சு சீவகனும் பழனியும் திண்ணு தீத்தாக.

அன்னிக்கு ராத்திரி சமீன்தாரு ஒத்தாசிய வரச்சொல்லி வஞ்சிக்கொடி தந்த ஆமணக்குச் சட்டிய திறந்து அத தென்னந்தோப்பு மத்தியில இருக்கிற ஐயா சமாதில வைக்கச் சொன்னாரு. காலைல மொத வேலயா அந்த எண்ணைய தலைக்குத் தேய்க்கணும்னு முடிவுகட்டி வஞ்சிக்கொடி வரஞ்ச காகிதத்தோட உறங்கப் போனாரு.

அதிகால எழணும்னு நெனச்சவரு சொப்பன அசதில அதிக நேரம் தூங்கிட்டாரு. கொல விழுந்த பதைப்போட ஓடியாந்து கதவ தட்டினான் ஒத்தாசி.

'எசமான்.. எசமான்...'

பாதி கண் திறந்து டோப்பாவ எடுத்து மாட்டிகிட்டு தாப்பா திறந்தாரு.

'என்னடா ஆச்சு'

'ஐயா சமாதி...'

'ஐயா சமாதில என்ன?'

'நீங்களே வந்து பாருங்க.'

சீவகன் போர்வைய மேல் துண்டா போட்டுகிட்டு பரபரனு நடந்தாரு. ஒத்தாசி அவருக்கு முன்னாடி ஓடிப் போனான். ஐயா

சமாதிக்கு வந்தப்ப அங்க வஞ்சிக்கொடி தந்த ஆமணக்கு என்ணச் சட்டி கிடந்துச்சு. கிட்ட போய் பாத்தாரு. அதுல நூத்துக்கணக்கான காண்டாமிருக வண்டு செத்துக் கிடந்துச்சு.

'நம்ம தென்னைய தவிக்கவிட்ட ரொம்ப வண்டுக செத்து போச்சுங்கய்யா.'

ஒத்தாசி வாயெல்லாம் பல்லு. கண்ணெல்லாம் தண்ணி.

சீவகனுக்கு எதுவும் புரியல. வஞ்சிக்கொடி தலைக்குத் தேய்க்கத்தான் ஆசையா கொடுத்தா. அது வண்டக் கொல்லுமுனு அவளுக்கும் தெரியாது அவருக்கும் தெரியாது. ஒவ்வொரு தென்னையா தடவிக்கொடுத்து வஞ்சிக்கொடிய நெனச்சுகிட்டு வீட்ட பாத்து நடந்தாரு சீவகன். 'பலே மருமவளே'னு ஐயா அழகர்சாமி கலகலனு சிரிச்ச மாதிரி தோப்புக்குள்ள ஒரு காத்து வீசுச்சு.

★